കുട്ടികളുടെ എംഗൽസ്

കുട്ടികളുടെ എംഗൽസ്

kuttikalude engels

•

p t bhaskarapaniker

•

first chintha edition
september 2013

•

typesetting
star communications, thiruvananthapuram

•

published
chintha publishers, thiruvananthapuram

•

•

cover & illustration
sudheer p y

വിതരണം

ദേശാഭിമാനി ബുക്ക് ഹൗസ്

H O തിരുവനന്തപുരം–695 035
phone: 0471-2303026, 6063026
www.chinthapublishers.com
chinthapublishers@gmail.com

ബ്രാഞ്ചുകൾ

ഹെഡ്ഓഫീസ് ബ്രാഞ്ച് കുന്നുകുഴി • സ്റ്റാച്യു തിരുവനന്തപുരം • കെ എസ് ആർ ടി സി ബസ് സ്റ്റേഷൻ ആലപ്പുഴ • കെ എസ് ആർ ടി സി ബസ് സ്റ്റേഷൻ എറണാകുളം • മച്ചിങ്ങൽ ലെയിൻ തൃശൂർ • ഐ ജി റോഡ് കോഴിക്കോട് • മാവൂർ റോഡ് കോഴിക്കോട് • എൻ ജി ഒ യൂണിയൻ ബിൽഡിങ് കണ്ണൂർ • സെൻട്രൽ ബസ് ടെർമിനൽ കോംപ്ലക്സ് താവക്കര കണ്ണൂർ

CO - 1934 / 3284

കുട്ടികളുടെ എംഗൽസ്

പി ടി ഭാസ്കരപ്പണിക്കർ

ചിന്ത പബ്ലിഷേഴ്സ്
തിരുവനന്തപുരം-695 035

പി ടി ഭാസ്കരപ്പണിക്കർ

1922 ഒക്ടോബർ 15 ന് പാലക്കാട് ജില്ലയിലെ അടയ്ക്കാപ്പുത്തൂരിൽ ജനിച്ചു. വിദ്യാഭ്യാസാനന്തരം സ്കൂൾ അധ്യാപകനായി ജോലി നോക്കി. പിന്നീട് പ്രധാനാധ്യാപകനായി. കമ്യൂണിസ്റ്റ് പാർട്ടിയുടെ സജീവപ്രവർത്തകനായിരുന്നു. പാർട്ടി നിരോധിച്ചിരുന്ന ഘട്ടത്തിൽ ഒളിവിലും ജയിലിലുമായി മൂന്നുവർഷത്തോളം കഴിഞ്ഞു. ആധുനികകേരള രൂപീകരണത്തിൽ മുഖ്യ പങ്ക് വഹിച്ചിട്ടുണ്ട്. ഗ്രന്ഥശാലാ പ്രസ്ഥാനം, ശാസ്ത്രസാഹിത്യപ്രസ്ഥാനം എന്നിവയുടെ സ്ഥാപകനേതാക്കളിലൊരാളായിരുന്നു. ഇ എം എസ് മന്ത്രിസഭയിലെ വിദ്യാഭ്യാസമന്ത്രി ജോസഫ് മുണ്ടശ്ശേരിയുടെ സെക്രട്ടറിയായിരുന്നു. 1959 മുതൽ 1965 വരെ കേരള പബ്ലിക് സർവീസ് കമ്മീഷൻ അംഗമായിരുന്നു. 1969 മുതൽ 1971 വരെ *വിശ്വവിജ്ഞാനകോശ*ത്തിന്റെ എഡിറ്ററായി പ്രവർത്തിച്ചു. 1971 മുതൽ 1974 വരെ ഗ്രന്ഥശാലാസംഘം അധ്യക്ഷനായിരുന്നു. *വിദ്യാലോകം, ശാസ്ത്രഗതി, ശാസ്ത്രകേരളം, പുസ്തകസമീക്ഷ* തുടങ്ങിയ പ്രസിദ്ധീകരണങ്ങളുടെ എഡിറ്ററായിരുന്നു.

നിരവധി ശാസ്ത്ര സാഹിത്യഗ്രന്ഥങ്ങൾ രചിച്ചിട്ടുണ്ട്.

1997 ഡിസംബർ 30 ന് അന്തരിച്ചു.

ഉള്ളടക്കം

പ്രസാധകക്കുറിപ്പ്

മലയാളികൾക്ക് ശാസ്ത്രീയബോധം പകരുന്നതിൽ അഗ്രഗണ്യനായിരുന്നു പി ടി ഭാസ്കരപ്പണിക്കർ. ഒട്ടേറെ ശാസ്ത്ര–വൈജ്ഞാനിക ഗ്രന്ഥങ്ങൾ അദ്ദേഹത്തിന്റേതായി പുറത്തു വന്നിട്ടുണ്ട്. കുട്ടികൾക്കായി അദ്ദേഹം രചിച്ച ഒമ്പതു പുസ്തകങ്ങൾ ചിന്ത പുറത്തിറക്കുന്നു.

കുട്ടികളുടെ മാർക്സ്, കുട്ടികളുടെ ലെനിൻ, കുട്ടികളുടെ എംഗൽസ്, മാർക്സിസം കുട്ടികൾക്ക്, ഭൗതികവാദം കുട്ടികൾക്ക്, തത്വശാസ്ത്രം കുട്ടികൾക്ക്, ശരീരശാസ്ത്രം കുട്ടികൾക്ക്, ചരിത്രശാസ്ത്രം കുട്ടികൾക്ക്, പ്രകൃതിശാസ്ത്രം കുട്ടികൾക്ക് എന്നിവയാണാ പുസ്തകങ്ങൾ.

1970 കളുടെ മധ്യത്തിലാണ് ഈ പുസ്തകങ്ങൾ ആദ്യമായി പുറത്തിറങ്ങുന്നത്. ചരിത്രത്തിന്റെ കുത്തൊഴുക്കിൽ പല രാജ്യങ്ങളും സ്ഥലങ്ങളും അതേ പേരിൽ ഇന്നു നിലവിലുണ്ടാവില്ല. ശാസ്ത്രവിഷയങ്ങളിൽ കൂടുതൽ പുരോഗതി കൈവരിച്ചിട്ടുണ്ട്. എന്നിട്ടും ഈ പുസ്തകത്തിലെ മുഖ്യപ്രമേയങ്ങൾക്ക് കാതലായ മാറ്റം വന്നിട്ടില്ല. പി ടി ഭാസ്കരപ്പണിക്കർ ജീവിച്ചിരുന്നുവെങ്കിൽ അദ്ദേഹം തന്നെ തന്റെ കൃതികൾ കാലാനുസൃതമായി നവീകരിക്കുമായിരുന്നു. അനൗചിത്യമാകുമെന്നതിനാൽ ഞങ്ങൾ അതിനു മുതിരുന്നില്ല. ഈ പുസ്തകങ്ങളുടെ ചിന്ത പതിപ്പ് കുട്ടികൾക്കായി പുറത്തിറക്കുന്നതിൽ സന്തോഷമുണ്ട്.

ചിന്ത പബ്ലിഷേഴ്സ്

1

പണ്ഡിതന്മാരായ രണ്ടു പോരാളികൾ

കാൾ മാർക്സിനെപ്പറ്റിയുള്ള പുസ്തകം (*കുട്ടികളുടെ മാർക്സ്*) നിങ്ങൾ വായിച്ചിരിക്കും. അതിൽ മാർക്സിന്റെ ഉറ്റതോഴനായ എംഗൽസിനെപ്പറ്റി ലെനിൻ എഴുതിയ ഒരു ഭാഗം കൊടുത്തിട്ടുണ്ട്.

> ഇതിഹാസങ്ങളിൽ സ്നേഹബന്ധങ്ങളുടെ കോരിത്തരിപ്പിക്കുന്ന പല കഥകളും ഉണ്ട്. എന്നാൽ അതിനെയെല്ലാം കവച്ചുവയ്ക്കുന്നത്ര ഗാഢമായിരുന്നു ഈ രണ്ടു പണ്ഡിതന്മാരായ പോരാളികൾ തമ്മിലുള്ള സൗഹാർദം. ഇവർ രണ്ടുപേരുടേയും സ്നേഹബന്ധത്തിൽനിന്നാണ് തൊഴിലാളികളുടെ സമരശാസ്ത്രം രൂപപ്പെട്ടത്.

ശാസ്ത്രീയസോഷ്യലിസത്തിന്റെ, കമ്യൂണിസത്തിന്റെ ആചാര്യന്മാരാണ് കാൾ മാർക്സും ഫ്രെഡറിക് എംഗൽസും. അവർ വലിയ വിപ്ലവകാരികളായിരുന്നു. മഹാപണ്ഡിതന്മാരുമായിരുന്നു.

അവർ ജീവിച്ചിരുന്ന കാലത്ത് ലോകത്തിൽ തൊഴിലാളി പ്രസ്ഥാനം വളർന്നുവരുന്നതേ ഉണ്ടായിരുന്നുള്ളൂ. എങ്കിലും നിലവിലുള്ള (ബൂർഷ്വാ) ഭരണത്തിനെതിരായി തൊഴിലാളിപ്രസ്ഥാനം പതുക്കെ മുന്നേറിയിരുന്നു. വ്യക്തമായ ലക്ഷ്യബോധമോ സമരതന്ത്രമോ അന്ന് തൊഴിലാളിപ്രസ്ഥാനത്തിനുണ്ടാ

യിരുന്നില്ല. അതെല്ലാം ഇവർ ഉണ്ടാക്കി.

പലതരം സോഷ്യലിസ്റ്റ് ചിന്താഗതികളും അന്ന് നിലവിലുണ്ടായിരുന്നു. ഇതിൽ നടക്കാത്തതേത്, ശാസ്ത്രീയമേത് എന്ന് തൊഴിലാളികൾക്ക് വിവരിച്ചുകൊടുത്തത് മാർക്സും എംഗൽസുമാണ്. തൊഴിലാളികളുടെ പല സംശയങ്ങളും അവർ തീർത്തുകൊടുത്തു. അവരെ ഒന്നിച്ചു ചേർക്കുകയും ചെയ്തു.

മുതലാളിത്തത്തിനെതിരായ ശക്തി തൊഴിലാളികളാണെന്നും സാമൂഹ്യവികാസത്തിനു ചില നിയമങ്ങളെല്ലാമുണ്ടെന്നും ഈ ആചാര്യന്മാർ തൊഴിലാളികളെ പഠിപ്പിച്ചു.

അവർ പുസ്തകം വായിക്കുകയും എഴുതുകയും ചെയ്യുന്ന പണ്ഡിതന്മാർ മാത്രമല്ലായിരുന്നു. തൊഴിലാളിവർഗത്തിന്റെ മോചനത്തിനായി നാൽപ്പതുകൊല്ലം ഒരുമിച്ചു ശ്രമിച്ചു. തൊഴിലാളി യൂണിയനുകൾ സംഘടിപ്പിച്ചു. എല്ലാ രാജ്യത്തുമുള്ള തൊഴിലാളികൾക്ക് ഒരു സംഘടനയുണ്ടാക്കി. എംഗൽസ് ജനകീയശക്തികളുടെ കൂടെ നിന്നു. തോക്കെടുത്തുതന്നെ യുദ്ധം

ചെയ്തു. ഇംഗ്ലണ്ടിലും ഫ്രാൻസിലും ജർമനിയിലും വളർന്ന വിജ്ഞാനവുമെല്ലാം അവർ പഠിച്ചു. ലോകമെങ്ങുമുള്ള ജനങ്ങളുടെ മുന്നേറ്റത്തിൽ അവർ സജീവമായി പങ്കെടുത്തു.

എന്നും ആട്ടും തുപ്പും സഹിക്കുവാനല്ല തൊഴിലാളിവർഗം ഉണ്ടായിട്ടുള്ളതെന്ന് എംഗൽസ് പറഞ്ഞു. ലോകജനതകളെ മുതലാളിത്തത്തിൽനിന്നു മോചിപ്പിക്കാൻ തൊഴിലാളി വർഗത്തിനു കഴിയും. അത് പുതിയൊരു ലോകത്തിനു വഴികാണിക്കും. ഇതായിരുന്നു എംഗൽസിന്റെ അഭിപ്രായം. എത്ര ശരിയാണത്.

മാർക്സും എംഗൽസും കൂടി ചിന്തിച്ചതും എഴുതിയതും പ്രവർത്തിച്ചതും കൂട്ടായിട്ടാണ്. *മൂലധനം* എന്ന വലിയ പുസ്തകമെഴുതിയ കാൾ മാർക്സിന് എംഗൽസിന്റെ അസാമാന്യമായ അറിവിനെ ബഹുമാനമായിരുന്നു. തത്വശാസ്ത്രത്തിലും സയൻസിലും ധനശാസ്ത്രത്തിലും സാമൂഹ്യശാസ്ത്രത്തിലുമെല്ലാം താൽപ്പര്യമുള്ളവരായിരുന്നു ആ ബുദ്ധിജീവികൾ.

എംഗൽസ് എന്തിനുവേണ്ടി ജീവിച്ചു? എന്തിനുവേണ്ടി തന്റെ കഴിവും ബുദ്ധിയും ഉപയോഗിച്ചു? വിപ്ലവപരമായി ലോകത്തെ മാറ്റാൻ, അതിനു പറ്റിയ ഒരു തൊഴിലാളിപ്പാർട്ടി ഉണ്ടാക്കാൻ, അതിനുള്ള തത്വശാസ്ത്രമാണ് എംഗൽസ് പ്രചരിപ്പിച്ചത്.

ഇടത്തരക്കാരനായിരുന്നു എംഗൽസ്. ഇംഗ്ലണ്ടിലെ മാഞ്ചെസ്റ്ററിലെ തുണിമില്ലിൽ നല്ലൊരു ഉദ്യോഗമുണ്ടായിരുന്നു. പക്ഷേ തന്റെ കൂറും കഴിവും അദ്ദേഹം തൊഴിലാളിവർഗത്തിനു സമർപ്പിച്ചു.

എന്തും ഓർമിക്കാനുള്ള കഴിവ്. പരപ്പേറിയ അറിവ്. ഉണർന്നിരിക്കുന്ന മനസ്സ്. അടങ്ങാത്ത വിപ്ലവാവേശം. ജനങ്ങളോട് ആത്മാർഥമായ സ്നേഹം. സഖാക്കളോട് കന്മഷമില്ലാത്ത പെരുമാറ്റം. എന്തൊരു ഉജ്ജ്വല മനുഷ്യനായിരുന്നു എംഗൽസ്.

സ്തുതി അദ്ദേഹം വെറുത്തു. വഞ്ചനയെ ചെറുത്തു. ഉള്ളിലൊന്നു കരുതി മറ്റൊന്നു ചെയ്യുന്ന ചതിയുണ്ടല്ലോ, അതിനെ എംഗൽസ് പൊറുത്തില്ല. തികച്ചും ഒരു മഹാനെ നിങ്ങൾക്ക് ഈ പുസ്തകത്തിൽക്കൂടി പരിചയപ്പെടാം.

2

കുട്ടിക്കാലം

പഴയ പ്രഷ്യയിലെ റൈൻ സംസ്ഥാനത്തിൽ ബാർമൻ എന്ന ഒരു തുണിവ്യവസായകേന്ദ്രത്തിൽ വ്യവസായികളുടെ കുടുംബത്തിലാണ് 1820 നവംബർ 28 ന് ഫ്രെഡറിക് എംഗൽസ് ജനിച്ചത്. എംഗൽസിന്റെ അമ്മ എലിസബത്ത് പുസ്തകവായനയിൽ വളരെ തൽപ്പരയായിരുന്നു. അച്ഛൻ വാശിക്കാരനും മതവിശ്വാസിയുമായ ഒരു ബൂർഷ്വായും.

ഫ്രെഡറിക്കിന് സഹോദരീസഹോദരന്മാരായി എട്ടുപേരുണ്ടായിരുന്നു. സഹോദരിമാരിൽ മേരിയോടായിരുന്നു കൂടുതൽ അടുപ്പം. സഹോദരന്മാരെല്ലാം തുണിവ്യവസായത്തിലേർപ്പെട്ടു. സഹോദരിമാരെ വ്യവസായികൾ വിവാഹം കഴിച്ചു. എംഗൽസു മാത്രം, കുടുംബപാരമ്പര്യത്തിൽ നിന്നു വേർപെട്ട് മറ്റൊരു വഴി സ്വീകരിച്ചു.

എംഗൽസിന്റെ കുട്ടിക്കാലത്ത്, എവിടെ നോക്കിയാലും മതഭ്രാന്താണു കണ്ടത്. വീട്ടിലും സ്കൂളിലും സമൂഹത്തിലെങ്ങും കണ്ട ഈ അന്ധതയെ എംഗൽസ് കുട്ടിക്കാലത്തേ വെറുത്തു. അഭിപ്രായം തുറന്നുപറഞ്ഞതിന് പലപ്പോഴും അച്ഛൻ കുട്ടിയെ ശിക്ഷിക്കുകയും ശകാരിക്കുകയും ചെയ്തിരുന്നു. പക്ഷേ ഒന്നും കണ്ണടച്ച് അനുസരിക്കുവാൻ ആ കുട്ടിക്കു കഴിഞ്ഞില്ല.

ജർമൻ മഹാകവി ഗൊയ്ഥെയെപ്പറ്റി സ്കൂളിൽ പഠിപ്പിച്ചത്

"ദൈവമില്ലാത്ത മനുഷ്യൻ" എന്നായിരുന്നുവത്രേ. ഫിസിക്സ്, കെമിസ്ട്രി, ഭാഷാശാസ്ത്രം എന്നിവയിൽ കൂടുതൽ അറിവു നേടാനാണ് വിദ്യാഭ്യാസകാലത്ത് എംഗൽസ് ശ്രമിച്ചത്.

1834 ൽ എൽബർ ഫെൽഡിലെ ജിംനേഷ്യത്തിൽ (ഹൈ

സ്കൂളിൽ) ചേർന്നു. പ്രഷ്യയിലെ പേരുകേട്ട ഈ വിദ്യാലയത്തിലെ അധ്യാപകർ പലരും വെറും "പുസ്തകസൂക്ഷിപ്പുകാരാ"യിരുന്ന മതഭ്രാന്തരായിരുന്നു എന്നാണ് പിന്നീട് എംഗൽസ് കളിയാക്കിയെഴുതിയത്.

ഗ്രീക്കും ലാറ്റിനും പ്രാചീന ചരിത്രവും എംഗൽസ് ശ്രദ്ധാപൂർവം പഠിച്ചു. നോട്ടുപുസ്തകത്തിൽ പഴയ ഗ്രീസിലെ ചിത്രങ്ങൾ വരച്ചിരുന്നു. ഇടയ്ക്ക് ഗ്രീക്കുഭാഷയിൽ കവിതകളും എഴു

തി. ജർമൻഭാഷ, സാഹിത്യം എന്നിവയിലും കണക്കിലും ഭൗതികത്തിലും എംഗൽസ് പ്രത്യേകം ശ്രദ്ധിച്ചുവെന്ന് സ്കൂൾ റിപ്പോർട്ടിൽ കാണുന്നു.

എംഗൽസ് ഒരു കവിസമാജത്തിൽ ചേരുകയും പല കവിതകളും വായിക്കുകയും ചെയ്തു. ചില ഗാനങ്ങളും രചിച്ചു. ചിത്രരചനയിലും എംഗൽസിന് വാസനയുണ്ടായിരുന്നു.

അക്കാലത്തെ സ്കൂളുകൾ മാനസികമായി "തടവറകൾ" ആയിരുന്നുവെന്ന് എംഗൽസ് പറയുന്നു. തുറന്ന അഭിപ്രായങ്ങൾക്കല്ല ഇടുങ്ങിയ മതവിശ്വാസത്തിനായിരുന്നു അവിടെ സ്ഥാനം.

അന്നു ജനങ്ങൾ നടത്തുന്ന സ്വാതന്ത്ര്യപ്പോരാട്ടങ്ങളിലെല്ലാം എംഗൽസ് താൽപ്പര്യം കാണിച്ചു. ഗ്രീക്കു സ്വാതന്ത്ര്യപ്പോരാളികളെക്കുറിച്ചൊരു കവിതതന്നെ എഴുതി.

മൂത്തമകനായ എംഗൽസിനെ വ്യവസായത്തിൽ ഇറക്കണമെന്നായിരുന്നു അച്ഛന്റെ ആഗ്രഹം. 1837ൽ ജിംനേഷ്യത്തിൽനിന്ന് എംഗൽസിനെ സ്വന്തം ഓഫീസിൽ പ്രവർത്തിക്കുവാനായി കൊണ്ടുവന്നതുതന്നെ ഇതിനാണ്.

എംഗൽസിന് ഈ ജോലി ഒട്ടും പിടിച്ചില്ല. എങ്കിലും കിട്ടിയ ഒഴിവുസമയം ചരിത്രവും തത്വശാസ്ത്രവും ഭാഷാശാസ്ത്രവും പഠിക്കാനും കവിതകൾ എഴുതാനും എംഗൽസ് ഉപയോഗിച്ചു. ജീവിതാവസാനംവരെ സാഹിത്യത്തിലുള്ള താൽപ്പര്യം അദ്ദേഹം നിലനിർത്തി. പിന്നീട് കവിതകൾ അധികം എഴുതിയില്ലെങ്കിലും.

അച്ഛന്റെ ഓഫീസിലിരുന്ന് വ്യാപാരകാര്യങ്ങൾ പഠിച്ചു. അവിടെനിന്നും 1838 ജൂലായിൽ ബ്രെമനിലെ വലിയൊരു വ്യാപാരസ്ഥാപനത്തിൽ ചേർന്ന് ജോലി ചെയ്തു.

ബ്രെമൻ ലോകത്തിന്റെ പല ഭാഗങ്ങളുമായി ബന്ധമുള്ളൊരു തുറമുഖമായിരുന്നു. ഫ്രെഡറിക്കിന്റെ വീക്ഷണം വിശാലമായത് ബ്രെമനിൽവെച്ചാണ്, ഗ്രീക്ക്, ലാറ്റിൻ, ഇറ്റാലിയൻ, സ്പാനിഷ്, പോർച്ചുഗീസ്, ഫ്രഞ്ച്, ഇംഗ്ലീഷ് ഡച്ച്, എന്നിങ്ങനെ പല ഭാഷകളും കൈകാര്യംചെയ്യാൻ എംഗൽസിനു കഴിഞ്ഞത് അവിടത്തെ താമസക്കാലത്താണ്.

ബ്രെമനിലെ ഒരു സംഗീതസദസിൽ എംഗൽസ് ചേർന്നു. പാട്ടുകൾ രചിക്കുന്നതിലാണ് കൂടുതൽ ശ്രദ്ധിച്ചത്.

കായികവിനോദങ്ങളായ കുതിരസവാരി, നീന്തൽ, വാൾപ്പയറ്റ്, സ്കേറ്റിങ് എന്നിവയിലും എംഗൽസ് ഉത്സാഹത്തോടെ പങ്കെടുത്തു. പച്ചവെള്ളവും മഞ്ഞും കണ്ടാൽ പേടിച്ചോടുന്നവരെ, തണുപ്പിൽനിന്നു രക്ഷപ്പെടാൻ നാലും അഞ്ചും കുപ്പായങ്ങൾ ഇടുന്നവരെ, ശരീരത്തിനു സുഖമില്ലെന്നുപറഞ്ഞ് നിർബന്ധിത സൈനികസേവനത്തിൽനിന്ന് ഒഴിഞ്ഞുമാറുന്നവരെ അന്നുതന്നെ വലിയ പുച്ഛമായിരുന്നു എംഗൽസിന്.

3

എംഗൽസ് തൊഴിലാളികളോടടുക്കുന്നു

യുവാവായ എംഗൽസ് ചുറ്റും നോക്കി. അന്ധതയാണെങ്ങും. അന്ധവിശ്വാസങ്ങളാണ് മതത്തിന്റെ പേരിൽ വാണിരുന്നത്. രാജാക്കന്മാരും പ്രഭുക്കളും പുരോഹിതന്മാരും കാട്ടിക്കൂട്ടുന്ന വിക്രിയകളെ എതിർക്കുന്ന ഒരുവിഭാഗം ബ്രെമനിൽ ഉണ്ടായിരുന്നു. ലക്ഷ്യബോധവും പുരോഗമനേച്ഛയും ഉള്ള ഇവരോട് എംഗൽസ് അടുത്തു. ഭൂപ്രഭുക്കളെ രക്ഷിക്കുവാനുള്ള പ്രഷ്യൻ സർക്കാരിന്റെ ശ്രമം ദരിദ്രരെ കൂടുതൽ ദരിദ്രരാക്കി. നാട്ടുകാർക്കിടയിൽ രാഷ്ട്രീയബോധം വളരുന്നതിനെ സർക്കാർ തടഞ്ഞു. സ്വിറ്റ്സർലണ്ടിലും ഫ്രാൻസിലും പ്രസിദ്ധീകരിച്ചതും ജർമനിയിൽ നിരോധിക്കപ്പെട്ടതുമായ പുസ്തകങ്ങൾ എംഗൽസ് വരുത്തി വായിച്ചു. സ്നേഹിതന്മാർക്ക് വായിക്കാൻ കൊടുത്തു.

അവിടെ ഉണ്ടായിരുന്ന ഒരു യുവ ജർമൻ സാഹിത്യ ഗ്രൂപ്പിൽ എംഗൽസ് ചേർന്നു. സ്വാതന്ത്ര്യത്തിനു വേണ്ടി ആ ഹൃദയം ചിറകിട്ടടിക്കുകയായിരുന്നു. സാഹിത്യവും ജീവിതവുമായി യാതൊരു ബന്ധവുമില്ലെന്നു പറഞ്ഞവരോട് എംഗൽസ് യോജിച്ചില്ല. എംഗൽസ് എഴുതിയ കവിതകൾ മിക്കവെയും സ്വാതന്ത്ര്യ ഗാനങ്ങളായിരുന്നു.

18 വയസുള്ള എംഗൽസ്, ഫാക്ടറിത്തൊഴിലാളികൾ ജീവിക്കുന്നത് എങ്ങനെയെന്നു പഠിച്ചു. കടുത്ത ദാരിദ്ര്യമായിരുന്നു തൊഴിലാളികൾക്കിടയിൽ. പലതരം രോഗങ്ങളും അവരെ ബാധി

ച്ചിരുന്നു. 2500 കുട്ടികളിൽ 1200 കുട്ടികൾ സ്കൂളിൽ പോകുന്നില്ല എന്ന് ഒരു പട്ടണത്തിലെ തൊഴിലാളിക്കുട്ടികളെക്കുറിച്ച് എംഗൽസ് എഴുതി. അവിടത്തെ ഫാക്ടറി ഉടമകളുടെ ദൈവഭക്തിയും മതഭക്തിയും എംഗൽസ് തുറന്നുകാട്ടി. സ്വന്തം പേരു വെയ്ക്കാതെ എംഗൽസ് എഴുതിയ ഇത്തരം ലേഖനങ്ങൾ ബ്രെമനിൽ അമ്പരപ്പുണ്ടാക്കി.

പള്ളിയുടെ വീക്ഷണത്തിനെതിരായി പുതിയ ശാസ്ത്രത്തിന്റെ വീക്ഷണം പരത്താൻ എംഗൽസ് ശ്രമിച്ചു. ഭൗതികചിന്ത പതുക്കെ യൂറോപ്പിലാകെ പരക്കുകയായിരുന്നു.

ബ്രെമനിലെ ഉദ്യോഗം കഴിഞ്ഞ് എംഗൽസ് 1841 മാർച്ചിൽ നാട്ടിലേക്കു മടങ്ങി. അവിടത്തെ ജീവിതം എംഗൽസിനു പിടിച്ചില്ല. അവസാനം പട്ടാളസേവനത്തിനു പോകാൻ തീർച്ചയാക്കി. സെപ്തംബറിൽ പട്ടാളത്തിന്റെ പീരങ്കിവിഭാഗത്തിൽ ചേരു

കയും സൈനികതന്ത്രങ്ങളും അടവുകളും പഠിക്കുകയും ചെയ്തു. ബർലിനിൽവെച്ചുള്ള ഈ പട്ടാളപരിശീലനത്തിനിടയിൽ സർവകലാശാലയിൽ പോയി പല പ്രഭാഷണങ്ങൾ കേൾക്കാനും എംഗൽസിന് സന്ദർഭം കിട്ടി. ഇത് എംഗൽസിന്റെ വിജ്ഞാനതൃഷ്ണയെ ശമിപ്പിച്ചു.

യുവാക്കളിൽ അന്ന് ഹെഗലിന്റെ തത്വശാസ്ത്രത്തിനായിരുന്നു വലിയ സ്വാധീനം. യുവാക്കൾ ചേരിപിരിഞ്ഞ് ഉഗ്രമായ വാദങ്ങൾ നടത്തിയിരുന്നു. എംഗൽസിനെപ്പോലെ ഭൗതികവാദത്തിൽ അടിയുറച്ചുനിന്നവർ, മറ്റുവിഭാഗക്കാരെ രൂക്ഷമായി എതിർത്തു. അവർ നിലവിലുള്ള രാഷ്ട്രീയ–സാമൂഹ്യഘടനയേയും എതിർക്കാൻ തുടങ്ങി. പഴയ മതം, തത്വശാസ്ത്രം, അന്ധവിശ്വാസങ്ങൾ, ഭരണരീതികൾ എന്നിവയെ എതിർത്തിരുന്ന യുവ–ഹെഗലിയന്മാരോടായിരുന്നു എംഗൽസിന് അടുപ്പം.

അതിനിടയിലാണ് *റിനീഷ് സെ തുങ്* എന്ന പത്രവുമായി എംഗൽസ് ബന്ധംവെച്ചുതുടങ്ങിയത്. യുവ ഹെഗലിയന്മാർക്കായിരുന്നു ഇതിന്റെ നടത്തിപ്പിൽ സ്വാധീനം. 1842 ഒക്ടോബറിൽ കാൾ മാർക്സ് ഇതിന്റെ പത്രാധിപരായി. മാർക്സിന്റെ നേതൃത്വത്തിൽ, പത്രം വിപ്ലവജനാധിപത്യത്തിന്റെ ഒരു മുഖപ്പത്രമായി മാറുകയായിരുന്നു.

എംഗൽസ് എഴുതിയ ലേഖനങ്ങൾ ഇടതുപക്ഷ രാഷ്ട്രീയ ചിന്തകൾ അവതരിപ്പിച്ചു. പ്രഷ്യൻ സർക്കാരിന്റെ പത്രമർദ്ദന നിയമങ്ങളെ എംഗൽസ് എതിർത്തു. ഫ്യൂഡലിസം നിലനിർത്താനുള്ള ഭൂപ്രഭുക്കളുടെ ശ്രമങ്ങളെയും എംഗൽസ് തുറന്നുകാട്ടി. ഒരു വിപ്ലവക്കൊടുങ്കാറ്റു വരുന്നുണ്ടെന്ന് ആ ചെറുപ്പക്കാരൻ മണത്തറിഞ്ഞു.

യൂറോപ്പിൽ വളർന്നുവരുന്ന സോഷ്യലിസ്റ്റ്–കമ്യൂണിസ്റ്റ് ചിന്താഗതികളെന്തെന്ന് എംഗൽസ് പഠിച്ചു. ശാസ്ത്രീയസോഷ്യലിസത്തിനുമാത്രമേ സമൂഹത്തിന്റെ ചോദ്യങ്ങൾക്ക് ഉത്തരം തരാൻ കഴിയൂ എന്ന് അദ്ദേഹം അന്നുതന്നെ മനസിലാക്കിയിരുന്നു. പക്ഷേ എംഗൽസ് തികച്ചും ഒരു സോഷ്യലിസ്റ്റായത് പിന്നീടാണ്.

1842 ഒക്ടോബറിൽ പട്ടാളസേവനം അവസാനിപ്പിച്ച് എംഗൽസ് വീട്ടിലെത്തി. അവിടെനിന്ന് ഇംഗ്ലണ്ടിലെ മാഞ്ചെസ്റ്ററിൽ എർമൻ ആന്റ് എംഗൽസ് എന്ന നൂൽപ്പുകമ്പനിയിൽ വാണി

ജ്യവും മാനേജുമെന്റും പഠിക്കാനായി പോയി. പോകുംവഴി കൊലോണിൽവെച്ചാണ്, എംഗൽസ് കാൾ മാർക്സിനെ ആദ്യ മായി കണ്ടത്. *റിനീഷ് സെ തുങ്ങി*ന്റെ മുഖ്യപത്രാധിപരായി രുന്നു അന്ന് മാർക്സ്.

എംഗൽസ് ഇംഗ്ലണ്ടിലായിരുന്നു രണ്ടുകൊല്ലം. ഇംഗ്ലണ്ടിലെ അനുഭവങ്ങളാണ് എംഗൽസിനെ ഒരു യഥാർഥ സോഷ്യലിസ്റ്റാ ക്കിയത്. രാഷ്ട്രീയപ്പാർട്ടികളുടെ സമരത്തിനിടയിൽ എംഗൽസ് വർഗസമരം കണ്ടെത്തി. ഇംഗ്ലണ്ടിൽ ടോറികൾ, വിഗ്ഗുകൾ, ചാർട്ടി സ്റ്റുകൾ എന്നിങ്ങനെ മൂന്നു രാഷ്ട്രീയകക്ഷികളാണ് ഉണ്ടായിരു ന്നത്. ടോറികൾ ജന്മികളുടെയും വിഗ്ഗുകൾ വ്യവസായബൂർഷ്വാ സിയുടെയും ചാർട്ടിസ്റ്റുകൾ തൊഴിലാളികളുടെയും കക്ഷികളാ യിരുന്നു. അതാതു വർഗങ്ങളുടെ ഭൗതികതാൽപ്പര്യങ്ങൾക്കനു സരിച്ചായിരുന്നു ഈ പാർട്ടികളുടെ നയപരിപാടികളും പ്രവർത്ത നവും.

ചാർട്ടിസം, സംഘടിതതൊഴിലാളിവർഗത്തിന്റെ ആദ്യത്തെ വിപ്ലവപ്രസ്ഥാനമായിരുന്നു. അതിന്റെ പ്രവർത്തനങ്ങൾ നേരിട്ടു കണ്ടു പഠിക്കാൻ എംഗൽസിനു കഴിഞ്ഞു. മാഞ്ചെസ്റ്ററിൽ പണി മുടക്കുകൾ നടന്നു. സാമ്പത്തികസമരങ്ങൾക്ക് ചില രാഷ്ട്രീയമു ദ്രാവാക്യങ്ങൾകൂടി ചാർട്ടിസ്റ്റുകൾ ചേർത്തു. ഈ പ്രസ്ഥാനത്തെ ഗവൺമെന്റ് അടിച്ചമർത്തുന്നതും എംഗൽസ് കണ്ടു.

ഇംഗ്ലണ്ടിലെ തൊഴിലാളിവർഗത്തെക്കുറിച്ച് വളരെ ഗൗരവ ത്തോടെ എംഗൽസ് പഠിച്ചു. ഇതിനായി അദ്ദേഹം തൊഴിലാളി കളുടെ വീടുകളിൽ ഞായറാഴ്ച ദിവസം പോകും. ചെറ്റപ്പുര കളും വൃത്തികെട്ട പരിസരവും നേരിട്ടുകണ്ട ഈ യാത്രക്കിട യിൽ എംഗൽസ് പ്രവർത്തിക്കുന്ന സ്ഥാപനത്തിലെ ജോലി ക്കാരിയായ മേരി ബോൺസ് എന്ന ഐറീഷ് യുവതിയും എംഗൽസിന്റെ കൂടെയുണ്ടാവും. അവസാനം മേരി, എംഗൽസിന്റെ ഭാര്യയായി.

അങ്ങനെ എംഗൽസിന്റെ പുസ്തകം *ഇംഗ്ലണ്ടിലെ തൊഴി ലാളിവർഗത്തിന്റെ സ്ഥിതി* രൂപംകൊള്ളുകയായിരുന്നു.

ചാർട്ടിസ്റ്റ് നേതാക്കളുമായി എംഗൽസ് ബന്ധപ്പെട്ടു. ചാർട്ടിസ്റ്റു പത്രങ്ങളിൽ അദ്ദേഹം പല വിഷയങ്ങളെപ്പറ്റിയും എഴുതി. "ഇംഗ്ലണ്ടിന്റെ ഭാവി അവിടത്തെ തൊഴിലാളി വർഗത്തെ ആശ്രയിച്ചിരിക്കുന്നു" എന്ന് എംഗൽസ് പ്രവചനം നടത്തി.

4

സർവരാജ്യത്തൊഴിലാളികളേ സംഘടിക്കുവിൻ!

ആയിരത്തിയെണ്ണൂറ്റി നാൽപ്പത്തിനാല് ആഗസ്റ്റിൽ എംഗൽസ് ഇംഗ്ലണ്ടിൽനിന്നു ജർമനിയിലേക്കു പോകുംവഴി പാരീസിലെത്തി. മാർക്സ് അവിടെയായിരുന്നു.

എംഗൽസിനെക്കാൾ രണ്ടരവയസ്സ് അധികമുള്ള മാർക്സ്, അപ്പോഴേയ്ക്കും എഗൽസിനെപ്പോലെതന്നെ സോഷ്യലിസ്റ്റ് ചിന്താഗതി സ്വീകരിച്ചിരുന്നു. രണ്ടുപേരുടേയും വളർച്ചയിലുള്ള സാദൃശ്യം അത്ഭുതകരമാണ്.

പത്തുദിവസം ഒന്നിച്ചു താമസിച്ച് അവർ പൊതുക്കാര്യങ്ങൾ ചർച്ച ചെയ്തു. മിക്ക കാര്യങ്ങളിലും അവർ യോജിച്ചു. പുതിയ പല പരിപാടികളും അവർ രൂപപ്പെടുത്തി. രണ്ടുപേരുംകൂടി *ഹോളി ഫാമിലി* എന്നൊരു പുസ്തകം എഴുതാൻ തീരുമാനിച്ചു. ഹെഗലിസത്തിന്റെ പോരായ്മകൾക്കെതിരായുള്ള ഒരു ആക്രമണമായിരുന്നു ഈ കൃതി.

1844 സെപ്തംബറിൽ എംഗൽസ് ബാർമനിലെത്തി. ജർമനിയിലെ സോഷ്യലിസ്റ്റ് പ്രസ്ഥാനത്തിന്റെ നേതാക്കളുമായി ബന്ധം സ്ഥാപിച്ചു. അതിനായി പല തൊഴിലാളികേന്ദ്രങ്ങളും സന്ദർശിച്ചു. കമ്യൂണിസ്റ്റ് അഭിപ്രായത്തിന് ഇവിടെയെല്ലാം വലിയ സ്വാധീനം നേടിയിട്ടുണ്ടെന്ന് എംഗൽസിനു ബോധ്യമായി. എൽബർഫെൽഡിൽ ഒരു കമ്യൂണിസ്റ്റ് പ്രചരണയോഗം നടന്നു

– എംഗൽസിന്റെ നേതൃത്വത്തിൽ. അതു വലിയൊരു വിജയമായിരുന്നു. ഭരണാധികാരികളെ അതു പരിഭ്രമിപ്പിച്ചു. അന്നുമുതൽ പ്രഷ്യൻ പൊലീസിന്റെ നോട്ടപ്പുള്ളിയായി എംഗൽസ്. എഴുത്തുകുത്തിനും സഞ്ചരിക്കാൻപോലും പൊലീസ് വിഷമമുണ്ടാക്കി.

1845 ൽ എംഗൽസ് ബ്രസൽസിലെത്തി. അപ്പോൾ മാർക്സ് അവിടെയായിരുന്നു. എംഗൽസിന്റെ കൂടെ മാർക്സ് ഇംഗ്ലണ്ടിലേക്കു പോയി. മാഞ്ചെസ്റ്ററിൽ ഒരുമാസത്തിലേറെ ഒന്നിച്ചു താമ

സിച്ചു. അവിടെയുള്ള വലിയ ലൈബ്രറിയിൽ ചെന്നിരുന്നു വായിച്ചു. രണ്ടുപേരും എടുത്ത കുറിപ്പുകൾ കൂട്ടായി ഉപയോഗിച്ചു. തൊഴിലാളിവർഗത്തിന്റെ വീക്ഷണത്തിൽ ധനശാസ്ത്രം പഠിക്കാനാണ് എംഗൽസ് മുതിർന്നത്. മാർക്സും എംഗൽസും ഇംഗ്ലണ്ടിലെ ചാർട്ടിസ്റ്റുകാരുമായും ബന്ധം പുലർത്തി. തിരിച്ചുപോരുമ്പോൾ മേരി ബോൺസും എംഗൽസിന്റെകൂടെ ഉണ്ടായിരുന്നു.

എംഗൽസിന് ഇടത്തരം യുവാക്കളിലുള്ള വിശ്വാസം കുറഞ്ഞുവരികയായിരുന്നു. ജർമനിയിലെ വിപ്ലവപ്രവർത്തനത്തിന്റെ ഹൃദയം അവിടത്തെ തൊഴിലാളികളാണെന്ന് എംഗൽസ് എഴുതി. ഇംഗ്ലണ്ടിലും ഫ്രാൻസിലും ജർമനിയിലുമുള്ള പല സോഷ്യലിസ്റ്റു പത്രങ്ങളിലും എംഗൽസ് സ്ഥിരം എഴുത്തുകാരനായിരുന്നു.

മാർക്സും എംഗൽസുംകൂടി പുതിയൊരു പുസ്തകം എഴുതി–*ജർമൻ ഐഡിയോളജി.* ചരിത്രത്തിന്റെ ഭൗതികവ്യാഖ്യാനത്തിന്റെ രൂപരേഖയാണിത്. മുതലാളിത്തത്തിനുമുമ്പുള്ള ഉൽപ്പന്നരീതികളും സാമൂഹ്യബന്ധങ്ങളും പരിശോധിച്ച്, എങ്ങനെ ബൂർഷ്വാസി പുതിയ ഉൽപ്പാദനബന്ധങ്ങളെ മുന്നോട്ടുകൊണ്ടുവന്നു എന്നു കാണിക്കുന്നു. അതേസമയം ഉൽപ്പാദനത്തെ അതു തടയുകയും ചെയ്യുന്നു. കമ്യൂണിസ്റ്റ് പ്രത്യയശാസ്ത്രത്തിന്റെ അവശ്യകതയും തൊഴിലാളിവർഗസർവാധിപത്യത്തിന്റെ സൂചനയും അതിലുണ്ട്.

എന്നാൽ ഈ പുസ്തകം മാർക്സോ എംഗൽസോ ജീവിച്ചിരുന്ന കാലത്ത് പ്രസിദ്ധപ്പെടുത്തുകയുണ്ടായില്ല. അതിന് ഒരു പ്രസാധകനെ അവർക്കു കിട്ടിയില്ല. 1932 ൽ സോവിയറ്റു റഷ്യയിലാണിത് ആദ്യമായി പ്രസിദ്ധീകരിച്ചത്.

യൂറോപ്പിലാകെ ബൂർഷ്വാ ജനാധിപത്യ വിപ്ലവങ്ങൾ നടക്കുകയായിരുന്നു. തൊഴിലാളിപ്രസ്ഥാനം ബാല്യദശയിലായിരുന്നു. തൊഴിലാളികൾ സമരം നടത്തിയിരുന്നുവെങ്കിലും അതിനൊന്നും വ്യക്തമായ സോഷ്യലിസ്റ്റു കാഴ്ചപ്പാടുണ്ടായിരുന്നില്ല.

പൊലീസന്വേഷണവും സാമ്പത്തിക കഴിവുകേടും കാരണം വേണ്ടത്ര സോഷ്യലിസ്റ്റു സാഹിത്യം പുറത്തിറക്കാൻ മാർക്സിനും എംഗൽസിനും കഴിഞ്ഞില്ല. കമ്യൂണിസ്റ്റുകാരുമായി

കത്തിടപാടുവഴി ബന്ധപ്പെടാനുള്ള ചില കമ്മിറ്റികൾ അവർ ഉണ്ടാക്കി. ഇതുവഴി ഒറ്റപ്പെട്ടുകിടന്നിരുന്ന കമ്യൂണിസ്റ്റുകാരെ യോജിപ്പിക്കാനും കഴിഞ്ഞു.

അശാസ്ത്രീയവും സാങ്കൽപ്പികവുമായ ധാരണകൾക്കു പകരം ശാസ്ത്രീയസോഷ്യലിസത്തെക്കുറിച്ച് ശരിയായ ബോധം തൊഴിലാളികളിൽ ഉണ്ടാക്കാൻ ബ്രസൽസിലും പാരീസിലുമുള്ള കാലത്ത് (1845–48) മാർക്സും എംഗൽസും ശ്രമിച്ചു. വലിയ എതിർപ്പുകൾ ഇവർക്ക് തൊഴിലാളിനേതാക്കളിൽനിന്നുപോലും നേരിടേണ്ടിവന്നു.

പാരീസിലെ സോഷ്യലിസ്റ്റുകാരുമായി സംസാരിച്ച് അവരെ ശരിയായ വഴിക്കു തിരിക്കാൻ എംഗൽസ് അങ്ങോട്ടുപോയി. 1846 ആഗസ്റ്റ് മുതൽ അവിടെ താമസിച്ചു. 1848 ജനുവരിയിൽ എംഗൽസിനെ ഫ്രഞ്ച് അധികാരികൾ പുറത്താക്കുംവരെ. ഫ്രഞ്ചുരാഷ്ട്രീയ കാര്യങ്ങൾ പഠിക്കുകയും ലേഖനങ്ങൾ എഴുതുകയും ചെയ്തു അദ്ദേഹം.

കരകൗശലക്കാരും കൈവേലക്കാരുമായ തൊഴിലാളികളായിരുന്നു അന്ന് പാരീസിലെ സോഷ്യലിസ്റ്റ്–കമ്യൂണിസ്റ്റ് ചിന്താഗതിക്കാരധികവും. അതിന്റെ പരിമിതിയും അവർക്കുണ്ടായിരുന്നു. വ്യവസായത്തൊഴിലാളികളുടേതായ പുതിയ ശാസ്ത്രീയ സോഷ്യലിസത്തിലേക്ക് പാരീസിലെ മുഖ്യ തൊഴിലാളിനേതാക്കളിൽ പലരേയും കൊണ്ടുവരാൻ എംഗൽസിനു കഴിഞ്ഞു. പ്രൗധോനെപ്പോലുള്ളവരുടെ സ്വാധീനത്തിൽനിന്ന് തൊഴിലാളികളെ രക്ഷപ്പെടുത്തുവാൻ അത്ര എളുപ്പമായിരുന്നില്ല.

അവസാനം എംഗൽസ് ജയിച്ചു. പ്രൗധോന്റെ പെറ്റിബൂർഷ്വാധാരണകളെ തുറന്നുകാട്ടിക്കൊണ്ട് എംഗൽസ് തുടങ്ങിയ വിമർശനം, മാർക്സ് തുടർന്നു *തത്വശാസ്ത്രത്തിന്റെ ദാരിദ്ര്യം* എന്ന പുസ്തകത്തിൽ.

എംഗൽസിന് പൊലീസുകാരുടെയും ചാരന്മാരുടെയും ഉപദ്രവം ഏൽക്കേണ്ടിവന്നു. അതൊന്നും കൂസാതെ അദ്ദേഹം പുസ്തകരചനയിൽ മുഴുകി; ധാരാളം ലേഖനങ്ങളും എഴുതി.

1847 വരെ *ലീഗ് ഓഫ് ദി ജസ്റ്റ്* എന്ന സംഘടനയിൽനിന്ന് മാർക്സും എംഗൽസും അകന്നുനിൽക്കുകയായിരുന്നു.

അക്കൊല്ലം ഇംഗ്ലണ്ടിലെ ചാർട്ടിസ്റ്റുകളെപ്പോലുള്ള തൊഴിലാളി പ്രതിനിധികൾക്ക് ലീഗിൽ കൂടുതൽ സ്ഥാനം ലഭിച്ചു. അവർ മാർക്സിനേയും എംഗൽസിനേയും ലീഗിൽ ചേരാൻ ക്ഷണിച്ചു. തങ്ങളുടെ ആശയങ്ങൾ പ്രചരിപ്പിക്കാൻ ഒരു തൊഴിലാളി സംഘടന ആവശ്യമാണെന്ന് അവർക്കു ബോധ്യമായി. അവർ അതിൽ ചേർന്നു പ്രവർത്തിച്ചു. അതാണ് കമ്യൂണിസ്റ്റ് ലീഗ് ആയത്.

1847 ജൂണിൽ ലീഗിന്റെ പ്രഥമസമ്മേളനം ലണ്ടനിൽ ആരംഭിച്ചു. സാമ്പത്തിക വിഷമങ്ങളാൽ മാർക്സിനു ലണ്ടനിലെത്താൻ കഴിഞ്ഞില്ല. എംഗൽസ് അതിലൊരു പ്രതിനിധിയായിരുന്നു. മുഖ്യ തീരുമാനങ്ങളെല്ലാം എംഗൽസിന്റെ പ്രേരണയിലാണ് എടുത്തത്. ഗൂഢാലോചന, അന്ധവിശ്വാസം, അധികാരികളെ പ്രീണിപ്പിക്കൽ, സെക്ടേറിയൻ വീക്ഷണം എന്നിവയ്ക്കെതിരായി തൊഴിലാളികളുടെ ഒരു വിപ്ലവപാർട്ടി രൂപീകരിക്കുന്ന കാര്യം സമ്മേളനം ചർച്ച ചെയ്തു. “ലീഗ് ഓഫ് ദി ജസ്റ്റ്” എന്ന പേരു മാറ്റി കമ്യൂണിസ്റ്റ് ലീഗ് എന്നാക്കിയതും എല്ലാ മനുഷ്യരും സഹോദരന്മാരാണെന്ന മുദ്രാവാക്യത്തിനുപകരം സർവരാജ്യത്തൊഴിലാളികളേ സംഘടിക്കുവിൻ എന്നാക്കിയതും മാർക്സിന്റെയും എംഗൽസിന്റെയും വിജയത്തെ കാണിക്കുന്നു.

5

തൊഴിലാളി സംഘാടകൻ

കമ്യൂണിസ്റ്റ് ലീഗിന്റെ സമ്മേളനതീരുമാനങ്ങൾ യൂറോപ്പിലുള്ള സഖാക്കളെ അറിയിക്കാൻ എംഗൽസ് അങ്ങോട്ടുപോയി. 1847 ജൂലായിൽ ബ്രസൽസിൽ മാർക്സിനെ കാണാൻ പോയപ്പോൾ അവിടെയും ഒരു കമ്യൂണിസ്റ്റ് ലീഗ് കമ്മിറ്റി രൂപീകരിച്ചു. ലണ്ടനിലെ തൊഴിലാളി വിദ്യാഭ്യാസ സമാജം പോലെ ജർമൻ തൊഴിലാളിസമാജവും അവിടെ രൂപീകരിച്ചു. കമ്യൂണിസ്റ്റ് പ്രചാരവേലയ്ക്ക് ഇത്തരം വിദ്യാഭ്യാസ സമാജങ്ങൾ ആവശ്യമായിരുന്നു. കമ്യൂണിസത്തിന്റെ വിവിധ വശങ്ങളെക്കുറിച്ച് പ്രഭാഷണങ്ങളും ചർച്ചകളും ഈ സമാജങ്ങൾ നടത്തി. സംഗീതനാടകപരിപാടികളും പുതുവർഷാഘോഷവും എംഗൽസിന്റെ നേതൃത്വത്തിൽ ഈ സമാജം നടത്തി. ഇതിനുവേണ്ടി എംഗൽസ് ഒരു നാടകം തന്നെ എഴുതി – ജനാധിപത്യവിപ്ലവത്തിന്റെ അന്തിമവിജയം പ്രഖ്യാപിക്കുന്നതായിരുന്നു ആ നാടകം.

ഇതുപോലുള്ള തൊഴിലാളിസമാജങ്ങൾ മറ്റു രാജ്യങ്ങളിലും സ്ഥാപിച്ചു. സംഘടനയെ പുറത്തുനിന്നും അകത്തുനിന്നും പൊളിക്കാനുള്ള ശ്രമങ്ങളെ എംഗൽസ് എതിർത്തു തോൽപ്പിച്ചു. പാരീസിൽവെച്ച് 120 ജനാധിപത്യവാദികൾ വിവിധ രാജ്യങ്ങളിൽനിന്നുള്ളവർ – ചേർന്ന് ഒരു ജനാധിപത്യ സമാജം രൂപീകരിക്കുന്നതിന് മാർക്സും എംഗൽസും നേതൃത്വം നൽകി.

പോളണ്ട്, ബൽജിയം, ജർമനി, ഫ്രാൻസ്, റഷ്യ, സ്വിറ്റ്സർലണ്ട് എന്നിവയിൽനിന്നുള്ള പ്രതിനിധികൾ ഇതിൽ അംഗങ്ങളായി ഉണ്ടായിരുന്നു. ഇതിന്റെ ശാഖകൾ യൂറോപ്യൻരാജ്യങ്ങളിലെല്ലാം ഉണ്ടാക്കാനും ശ്രമങ്ങൾ നടന്നു.

ജനാധിപത്യ സമാജങ്ങളിൽ, തൊഴിലാളിവർഗത്തിനു വേണ്ടി എംഗൽസ് വാദിക്കുകയും ഇടത്തരക്കാരുടെ ചാഞ്ചാട്ട സ്വഭാവത്തെ തുറന്നുകാട്ടുകയും ചെയ്തു.

സ്വന്തം ആശയങ്ങൾ പ്രചരിപ്പിക്കാൻ ഒരു പത്രം തുടങ്ങുന്ന കാര്യത്തിൽ ഇതുവരെ അവർ വിജയിച്ചില്ല. അവസാനം 1847 ജനുവരിയിൽ ഒരു പത്രം ഒരാളെക്കൊണ്ടവർ തുടങ്ങിപ്പിച്ചു. സാമ്പത്തികമായി വലിയ ക്ലേശങ്ങൾ അനുഭവിച്ചാണ് അതു നടത്തിയത്.

ഉടൻ വിപ്ലവത്തിനും സായുധസംഘട്ടത്തിനുവേണ്ടി വാദിക്കുന്നവർ അന്നും ഉണ്ടായിരുന്നു. ചരിത്രത്തിൽനിന്നുള്ള പാഠ

ങ്ങൾ പഠിക്കുകയും നിലവിലുള്ള വസ്തുതകൾക്കും സ്ഥിതിഗതികൾക്കുമനുസരിച്ച് പ്രവർത്തിക്കുകയുമാണ് കമ്യൂണിസ്റ്റുകാർ ചെയ്യേണ്ടതെന്നും എംഗൽസ് വാദിച്ചു.

പത്രപ്രവർത്തനം വഴി എംഗൽസ് നല്ലൊരു എഴുത്തുകാരനായിത്തീർന്നു. ജനങ്ങൾക്കു മനസിലാകുന്ന സരളഭാഷയിൽ എംഗൽസ് എഴുതി.

1847 ഒക്ടോബറിൽ, പാരീസിൽ എത്തിയ എംഗൽസ് അവിടത്തെ രാഷ്ട്രീയസ്ഥിതി നല്ലപോലെ പരിശോധിച്ചു. ഫ്രഞ്ചു സോഷ്യലിസ്റ്റായ ലൂയി ബ്ളാങ്കിനെ കണ്ടു. വർഗസഹകരണം വഴി സോഷ്യലിസം കൈവരുമെന്ന ബ്ളാങ്കിന്റെ ആശയത്തെ എംഗൽസ് എതിർത്തു. എങ്കിലും ഫ്രഞ്ചു സമൂഹത്തെ വിപ്ലവീകരിക്കാൻ ബ്ളാങ്ക് തയാറായിരുന്നത് അദ്ദേഹം കണ്ടു.

പാരീസിൽ കമ്യൂണിസ്റ്റ് ലീഗിന്റെ ജില്ലാക്കമ്മിറ്റി രൂപീകരിക്കുന്നതിൽ എംഗൽസ് മുൻനിന്നു പ്രവർത്തിച്ചു. "ഞങ്ങൾ ഇവിടെ 30 പേരുണ്ട്. കൂടുതൽപേരെ ചേർക്കാൻ കഴിയും: ഇതിനായി പലരേയും കാണുന്നുണ്ട്:" എന്നാണ് എംഗൽസ് 1847 ഒക്ടോബറിൽ മാർക്സിനെഴുതിയത്.

എംഗൽസിനവിടെ സ്വാധീനം വർധിച്ചു. ലണ്ടനിലെ കമ്യൂണിസ്റ്റ് ലീഗ് കേന്ദ്രവുമായി എംഗൽസ് ബന്ധം പുലർത്തി *കമ്യൂണിസത്തിന്റെ പ്രമാണങ്ങൾ* എന്ന കൃതി എംഗൽസ് രചിച്ചു. കമ്യൂണിസ്റ്റ് ലീഗിന്റെ രണ്ടാം സമ്മേളനത്തിന് ലണ്ടനിലേക്കുള്ള യാത്രയ്ക്കിടയിൽ മാർക്സും എംഗൽസും ബെൽജിയത്തിൽ കണ്ടുമുട്ടി. 1847 നവംബർ 29 നാണ് സമ്മേളനം ആരംഭിച്ചത്.

"സർവരാജ്യത്തൊഴിലാളികളുടെ ഒന്നാമത്തെ സമ്മേളനം" എന്നാണതിനെ മാർക്സും എംഗൽസും വിളിച്ചത്. 10 ദിവസം നടന്ന സമ്മേളനത്തിൽ പുതിയ പാർട്ടിച്ചട്ടങ്ങൾ സ്വീകരിച്ചു. പഴയതിൽ പലതും മാറ്റി. ലീഗിന്റെ പരിപാടി എംഗൽസ് എഴുതിയ *കമ്യൂണിസത്തിന്റെ പ്രമാണങ്ങൾ* എന്ന കൃതിയും മറ്റു പ്രമേയങ്ങളും ചേർത്ത് അവതരിപ്പിച്ചു. ചർച്ചയ്ക്കുശേഷം മാർക്സിനേയും എംഗൽസിനേയും *മാനിഫെസ്റ്റോ* എഴുതാൻ ചുമതലപ്പെടുത്തി. ഇതാണു പിന്നീട് *കമ്യൂണിസ്റ്റ് മാനിഫെസ്റ്റോ* എന്നറിയപ്പെടുന്നത്.

കേന്ദ്രകമ്മിറ്റി ആപ്പീസ് ലണ്ടനിലായിരിക്കുമെന്ന് തീരുമാ

നിച്ചു. എംഗൽസ് ഇംഗ്ലണ്ടിൽ പല തൊഴിലാളിസമാജങ്ങളിലും പ്രസംഗിച്ചു. അമേരിക്ക കണ്ടുപിടിച്ചതിന്റെ സാമൂഹ്യരാഷ്ട്രീയ പ്രാധാന്യവും, പുതിയ യന്ത്രങ്ങളുണ്ടാക്കുന്ന മാറ്റങ്ങളും, മുതലാളിത്തവർഗവും തൊഴിലാളിവർഗവും തമ്മിലുള്ള സംഘട്ടനങ്ങളുമെല്ലാം എംഗൽസിന്റെ പ്രസംഗവിഷയങ്ങളായിരുന്നു.

ലീഗിന്റെ മുഖമുദ്ര 'സർവരാജ്യത്തൊഴിലാളികളേ സംഘടിക്കുവിൻ' എന്നാക്കുന്നതിനെ ഇങ്ങനെയാണ് എംഗൽസ് വിശദീകരിച്ചത്: "ലോകമെങ്ങുമുള്ള തൊഴിലാളികളുടെ സ്ഥിതി ഒരുപോലെയായതുകൊണ്ട്, അവരുടെ താൽപ്പര്യങ്ങൾ ഒന്നായതുകൊണ്ട്, അവരുടെ ശത്രുക്കൾ ഒരേകൂട്ടരായതുകൊണ്ട്, എല്ലാ രാജ്യത്തുമുള്ള ബൂർഷ്വാസിയുടെ സൗഹർദത്തിനെതിരായി സർവരാജ്യത്തൊഴിലാളി സൗഹാർദം നമുക്കു നേടേണ്ടതുണ്ട്."

ലണ്ടൻസമ്മേളനത്തോടുകൂടി തങ്ങൾ പരസ്യമായിത്തന്നെ കമ്യൂണിസ്റ്റുകാരാണെന്ന് പ്രതിനിധികൾ പ്രഖ്യാപിച്ചു. കൃഷിക്കാർ സ്വത്തുടമസ്ഥരായതുകൊണ്ട് അവർ കമ്യൂണിസത്തിന് എതിരാവും എന്നായിരുന്നു അന്നു പാരീസിലെ പെറ്റിബൂർഷ്വാ നേതാക്കൾ പറഞ്ഞത്.

പാരീസിൽനിന്നും ഫ്രാൻസിൽനിന്നും എംഗൽസിനെ പുറത്താക്കിയതിനു കാരണം നവവർഷസൽക്കാരത്തിൽ "വിപ്ലവപരമായി" പാനോപചാരം നടത്തിയതായിരുന്നു. എംഗൽസിനെ നാടുകടത്തിയതിനെതിരെ ഫ്രഞ്ചു സോഷ്യലിസ്റ്റുകാരും ജനാധിപത്യ വാദികളും പ്രതിഷേധം ഉയർത്തി.

1848 ജനുവരി 31-ന് എംഗൽസ് ബ്രസൽസിലെത്തി. 1848 ഫെബ്രുവരിയിൽ *കമ്യൂണിസ്റ്റ് മാനിഫെസ്റ്റോ* ലണ്ടനിൽ പ്രസിദ്ധീകരിച്ചു. പല ഭാഷകളിലും *കമ്യൂണിസ്റ്റ് മാനിഫെസ്റ്റോ* വിവർത്തനം ചെയ്യപ്പെട്ടു.

6

കമ്യൂണിസ്റ്റ് മാനിഫെസ്റ്റോ

***മാ**നിഫെസ്റ്റോ* മാർക്സിന്റേയും എംഗൽസിന്റെയും തത്വങ്ങൾക്ക്– മാർക്സിസത്തിന്– വമ്പിച്ച പ്രചാരം കിട്ടി. വിപ്ല വത്തിന് ഒരു തത്വശാസ്ത്രവും തൊഴിലാളിവർഗത്തിന് ഒരു പ്രായോഗികശാസ്ത്രവും അതു നൽകി. "*മാനിഫെസ്റ്റോവി*ന്റെ ചൈതന്യം ഇന്നും പൊരുതുന്ന ലോകതൊഴിലാളിവർഗത്തിന് അനേകം വാല്യങ്ങളുള്ള പുസ്തകങ്ങളേക്കാൾ ആവേശം പക രുന്നു." എന്ന് ലെനിൻ എഴുതിയത് എത്ര ശരിയാണ്!

തൊഴിലാളിവർഗപ്പാർട്ടിക്കാവശ്യമായ ചരിത്രപരവും ഭൗതി കവാദപരവുമായ വീക്ഷണമാണ് *കമ്യൂണിസ്റ്റ് മാനിഫെസ്റ്റോ*വിൽ ഉടനീളമുള്ളത്. സാമൂഹ്യവികാസത്തിന്റെ മുഖ്യനിയമങ്ങളെ അതു വിവരിക്കുന്നു. സാമ്പത്തികോൽപ്പാദനം, വർഗങ്ങൾ, വർഗ സമരങ്ങൾ എന്നിവയെല്ലാം അതിൽ വിശദീകരിച്ചിട്ടുണ്ട്.

മാർക്സും എംഗൽസും കൂടിയാണ് ഇതെഴുതിയത്. ഓരോ ഭാഷയിലും ഇതു പ്രസിദ്ധപ്പെടുത്തുമ്പോൾ മാർക്സും എംഗൽസും കൂടി മുഖവുരകൾ എഴുതാറുണ്ടായിരുന്നു. 1883 ലെ ജർമൻപതിപ്പിന് (അന്ന് മാർക്സ് മരിച്ചിരുന്നു) എംഗൽസ് എഴുതിയ ആമുഖത്തിൽ പറയുന്നു:

> കഷ്ടം ഈ മുഖവുര എഴുതാൻ ഞാൻ മാത്രമേ ഉള്ളൂ. ഏതൊരു മനുഷ്യനോടാണോ യൂറോപ്പിലേയും അമേരി

ക്കയിലേയും തൊഴിലാളിവർഗത്തിനു മറ്റാരെക്കാളും കടപ്പാടുള്ളത് ആ മാർക്സ് ഹൈഗേറ്റ് ശവകുടീരത്തിലാണിപ്പോൾ. ശവകുടീരത്തിന്റെ മീതെ ഇളംപുല്ലുകൾ കിളിർത്തിരിക്കുന്നു.

മാനിഫെസ്റ്റോവിനെപ്പറ്റി കുട്ടികളുടെ മാർക്സ് എന്ന പുസ്തകത്തിൽ പതിനൊന്നാം അധ്യായത്തിൽ വിവരിച്ചിട്ടുണ്ട്. അത് എല്ലാ കുട്ടികളും വായിക്കണം.

7

വിജ്ഞാനകോശം

ഫ്രാൻസിൽ വിപ്ലവം വിജയിച്ചുവരുന്നതോടുകൂടിയാണ് *മാനിഫെസ്റ്റോ* പുറത്തുവന്നത്. പാരീസിലെ തൊഴിലാളികൾ മറ്റു ജനവിഭാഗങ്ങളുമായി യോജിച്ച് രാജാവിന്റെ ഭരണം അവസാനിപ്പിച്ചു. ഫ്രാൻസ് റിപ്പബ്ലിക്കായി. ഇറ്റലി, ജർമനി, ആസ്ത്രിയ എന്നിവിടങ്ങളിലും വിപ്ലവത്തിന്റെ തീജ്വാല പടർന്നു.

ഇതിന്റെ ഫലമായി എല്ലാ രാജ്യങ്ങളിലും ബൂർഷ്വാസിയാണ് അധികാരത്തിൽ വന്നതെങ്കിലും ഈ സമരങ്ങളിലെല്ലാം തൊഴിലാളി വർഗം പങ്കെടുക്കുകയുണ്ടായി.

ബെൽജിയത്തിൽ താമസിച്ചിരുന്ന മാർക്സും എംഗൽസും അവിടത്തെ റിപ്പബ്ലിക്കൻപ്രസ്ഥാനത്തിനു നേതൃത്വം വഹിച്ചു. പാരീസിലെ വിപ്ലവത്തിലെന്നപോലെ എല്ലാ രാജ്യങ്ങളിലും തൊഴിലാളികൾ റിപ്പബ്ലിക്കൻ പ്രസ്ഥാനത്തിൽ പങ്കെടുക്കണമെന്ന് എംഗൽസ് പ്രസ്താവിച്ചു.

ജർമനിയിലും വിപ്ലവശ്രുതി മുഴങ്ങി. അതിന്റെ നേതൃത്വം കമ്യൂണിസ്റ്റ് ലീഗിന്റെ കമ്മിറ്റികൾ ഏറ്റെടുക്കണമെന്ന് മാർക്സും എംഗൽസും ആഹ്വാനം ചെയ്തു.

യൂറോപ്പിലെ വിപ്ലവങ്ങളെ നയിക്കാനുള്ള ചുമതല കമ്യൂണിസ്റ്റ് ലീഗിന്റെ കേന്ദ്രക്കമ്മിറ്റി മാർക്സിനേയും എംഗൽസിനേയും എൽപ്പിച്ചു. ബ്രസൽസിൽ ഇവരുടെ പ്രവർത്തനത്തെ

തടയാൻ ബെൽജിയത്തിലെ സർക്കാർ ഉറച്ചു. മാർക്സിനെ നാടുകടത്തി. എംഗൽസിനെ നാടുകടത്താൻ ഒരു ന്യായവും അവർക്കു കിട്ടിയില്ല. മാർക്സ് പാരീസിലേക്കുപോയി.

ബ്രസൽസിലെ വിപ്ലവപ്രവർത്തനം എംഗൽസിന്റെ ചുമതലയിലായി. മാർക്സിനെ നാടുകടത്തിയതിനെതിരെ വമ്പിച്ച ഒരു പ്രസ്ഥാനം അവിടെ വളർന്നുവന്നു. മാർക്സിന്റെ വീട്ടിൽച്ചെന്നു മര്യാദകെട്ട രീതിയിൽ പരിശോധന നടത്തിയ പൊലീസിന്റെ പേരിൽ നടപടികളെടുക്കാൻ ബെൽജിയം സർക്കാർ ഗത്യന്തരമില്ലാത്തതിനാൽ നിർബന്ധിതമായി.

ഇറ്റലിയിലെ വിപ്ലവകാരികളുമായും എംഗൽസ് ബന്ധം പുലർത്തിയിരുന്നു.

മാർക്സ് പാരീസിൽച്ചെന്ന്, പുതിയൊരു കേന്ദ്രക്കമ്മിറ്റി രൂപീകരിച്ചു പ്രവർത്തനം തുടങ്ങി. എംഗൽസ് അതിനെ സഹായിച്ചു.

പാരീസിലെ വിപ്ലവത്തിൽ അധികാരത്തിൽ വന്ന ഭരണം തൊഴിലാളികൾക്ക് വലിയ വാഗ്ദാനങ്ങൾ നൽകി. പക്ഷേ ബൂർഷ്വാസിക്കെതിരായി ഒന്നും ചെയ്യാൻ അവർ തയാറായില്ല. അപ്പോഴേക്കും എംഗൽസും പാരീസിലെത്തിയിരുന്നു. കമ്യൂണിസ്റ്റു നേതാക്കളും ഫ്രാൻസിലെ ജനാധിപത്യപ്രസ്ഥാനവും കൂടുതൽ അടുത്ത ബന്ധം പുലർത്തേണ്ടതുണ്ടെന്ന് മാർക്സും എംഗൽസും പറഞ്ഞു.

ജർമനിയിൽ കമ്യൂണിസ്റ്റുകാർ സ്വീകരിക്കേണ്ട രാഷ്ട്രീയ–സാമ്പത്തിക പരിപാടികളെക്കുറിച്ച് ശരിയായ രൂപംനൽകാൻ 1848 ൽ മാർക്സും എംഗൽസും ജർമനിയിലെത്തി. ജർമനിയിലെ ജനാധിപത്യപ്രസ്ഥാനത്തിൽ അവർ ചേർന്നു പ്രവർത്തിച്ചു. തൊഴിലാളികൾ സ്വന്തം പ്രവർത്തനങ്ങൾ നടത്തുന്നതോടൊപ്പം ജനാധിപത്യപ്രസ്ഥാനത്തിൽ പങ്കെടുക്കേണ്ടതെങ്ങനെയെന്നും അവർ കാണിച്ചുകൊടുത്തു.

ഒരു വിപ്ലവദിനപ്പത്രം തുടങ്ങാൻ കുറെക്കാലമായി ഇവർ ശ്രമിച്ചിരുന്നു. ഇനി കമ്യൂണിസ്റ്റു പത്രമല്ല, എല്ലാ വിപ്ലവകാരികളെയും യോജിപ്പിക്കാവുന്ന ഒരു പത്രം തുടങ്ങാനായിരുന്നു പ്ലാൻ. പത്രത്തിന് ഓഹരിക്കാരേയും വരിക്കാരേയും ഉണ്ടാക്കാൻ എംഗൽസ് പലസ്ഥലങ്ങളിലും പോയി. ഇങ്ങനെയൊരു

പത്രത്തെ ജനാധിപത്യവാദികളിൽ ചിലരും ചില സോഷ്യലിസ്റ്റുകാർപോലും സംശയത്തോടെയാണു കണ്ടത്. ഏതായാലും 1848 മേയ് 20ന് എംഗൽസ് കൊലോണിലെത്തി. പുതിയ പത്രത്തിന്റെ എഡിറ്ററായി പ്രവർത്തനം തുടങ്ങി. എംഗൽസും മാർക്സുമായിരുന്നു പത്രത്തിന്റെ ശ്വാസകോശങ്ങൾ. അലങ്കാരമില്ല; അമാന്തമില്ല; പെട്ടെന്നു തീരുമാനങ്ങൾ എടുക്കും. അങ്ങനെ സമരത്തിന്റേതായ താളവും ശൈലിയുമാണ് ഈ പത്രത്തിനുണ്ടായിരുന്നത്. എംഗൽസായിരുന്നു നായകൻ.

അക്കാലത്ത് മാർക്സ് സംഘടനാകാര്യങ്ങളിലാണ് കൂടു

തൽ ശ്രദ്ധിച്ചത്. എംഗൽസിന്റെ പ്രവർത്തനത്തെപ്പറ്റി മാർക്സ് എഴുതി: "വല്ലാത്ത ഒരു വിജ്ഞാനകോശം തന്നെ. ഏതു സമയവും പ്രവൃത്തി; രാവും പകലുമെന്നില്ല. മുഷിപ്പോ മടുപ്പോ ഇല്ല. എഴുതുന്നതും ചിന്തിക്കുന്നതും എത്ര വേഗത്തിലാണ്?"

പത്രം ഒരുകൊല്ലം നടന്നു. അക്കാലത്ത് നൂറിലധികം ലേഖനങ്ങളും പാർലമെന്റിനെക്കുറിച്ചുള്ള കുറിപ്പുകളും വിപ്ലവനിരൂപണങ്ങളും എംഗൽസ് എഴുതി.

തൊഴിലാളിവർഗനേതാക്കളാണ് പത്രം നടത്തിയത്. അതിന്റെ ഗുണം ആ പത്രത്തിനുണ്ടായിരുന്നു.

എംഗൽസ്, തന്റെ പത്രാധിപത്യത്തെപ്പറ്റി ഓർക്കുന്നത് ഇങ്ങനെയാണ്. "അതു വിപ്ലവകാലഘട്ടമായിരുന്നു. ഒരു ദിനപ്പത്രത്തിൽ അങ്ങനെയൊരു കാലത്തു പ്രവർത്തിക്കുക എന്നു പറഞ്ഞാൽ എന്തൊരു ആനന്ദമായിരുന്നു? എഴുതുന്ന ഓരോ വാക്കിന്റെയും ഫലം ഉടനടി കാണാം. ലേഖനങ്ങൾ കൈബോംബുപോലെ പൊട്ടുന്നു. വാക്കുകൾ, വെടിയുണ്ട പോലെ കൊള്ളേണ്ടിടത്തു ചെന്നുകൊള്ളുന്നു."

കൊലോൺ കലങ്ങിമറിയുകയായിരുന്നു. എംഗൽസിനും മറ്റുമെതിരായി കേസെടുത്തു. കുറച്ചുദിവസത്തിനകം പത്രം നിർത്തേണ്ടിവന്നു. എംഗൽസ് അറസ്റ്റു കൊടുക്കാതെ ഒളിവിൽ പ്രവർത്തിച്ചു. സ്വന്തം നാട്ടിൽപ്പോലും രക്ഷയില്ലാതായി. എംഗൽസ് ജർമനി വിട്ടു. ബെൽജിയത്തിലെത്തി.

8

സായുധസമരത്തിൽ

ബെൽജിയത്തിലെത്തിയ എംഗൽസിനെ, ഹോട്ടലിൽനിന്ന് ജയിലിലേക്കാണു കൊണ്ടുപോയത്. പിന്നീട് ഒരു വണ്ടിയിൽ കയറ്റി, അതിർത്തികടത്തി വിട്ടു. “തെണ്ടിത്തിരിഞ്ഞുവന്ന ഏതോ ഒരുത്ത”നെന്ന നിലയ്ക്കാണ് ബെൽജിയം സർക്കാർ എംഗൽസിനോടു പെരുമാറിയത്. ഇത് എംഗൽസിന്റെ സുഹൃത്തുക്കളെ വേദനിപ്പിച്ചു. അവർ പ്രതിഷേധിച്ചു. രാഷ്ട്രീയ അഭയാർഥികളോടുള്ള ഇത്തരം പെരുമാറ്റം അവസാനിപ്പിക്കണമെന്നു പറഞ്ഞു. ഒരു പത്രം എഴുതി: “എവിടെയെങ്കിലും സ്വാതന്ത്ര്യസ്നേഹികളുണ്ടെങ്കിൽ ദയവായി അവർ ഈ രാജ്യത്തിലേക്കു വരരുതേ എന്നു ഞങ്ങൾ അഭ്യർഥിക്കുന്നു.”

കയ്യിലൊരു കാശുപോലുമില്ലാതെയാണ് 1848 ഒക്ടോബർ 5ന് എംഗൽസ് പാരീസിലെത്തിയത്. ജൂൺ കലാപത്തെ അടിച്ചമർത്തിയ പാരീസാണത്. “ഇതു ഞാൻ മുമ്പു കണ്ട പാരീസല്ല. ലോകം കണ്ടതിലേറ്റവും വലിയ പോരാട്ടമാണിവിടെ നടന്നത്. ചോരപ്പുഴകളൊഴുകി. 15,000 ശവശരീരങ്ങൾ തെരുവിൽ വീണു. ഇതു ചത്ത പാരീസാണ്. ഞാൻ കണ്ട പാരീസല്ല. നടപ്പാതകൾ നിറയെ പൊലീസും ചാരന്മാരും ബൂർഷ്വാസികളുമാണ്. നൃത്തശാലകളും നാടകശാലകളും ഒഴിഞ്ഞുകിടക്കുന്നു... 1847 ലെ പാരീസ് തന്നെയോ ഇത്? അതെ. പക്ഷേ ആത്മാവില്ല, ജീവനില്ല. അന്നു കണ്ടിരുന്ന തൊഴിലാളികളുടെ ഉശിരോ ആവേശമോ

ഇന്നില്ല." എംഗൽസിനെ പാരീസ് വല്ലാതെ ദുഃഖിപ്പിച്ചു.

ഈ ചത്ത പാരീസിൽ എനിക്കു ജീവിക്കാൻ വയ്യ" എന്ന് എംഗൽസ് കരുതി. എങ്ങോട്ടു പോകും? ആദ്യം സ്വിറ്റ്സർലണ്ടിലേയ്ക്കാകട്ടെ. എംഗൽസ് പാരീസു വിട്ടു. കയ്യിൽ പണമില്ലാത്തതിനാൽ നടന്നുപോകാൻ തീർച്ചയാക്കി. വിപ്ലവകാരികളുടെ പദയാത്ര.

പാരീസിൽനിന്നു ബേണിലേക്കാണ് യാത്ര. ചുറ്റും ഗ്രാമങ്ങൾ. കൈത്തൊഴിൽക്കാരും കൊത്തുപ്പണിക്കാരും തോൽപ്പണിക്കാരും കശാപ്പുകാരും ആശാരിമാരും കുട്ടയും വട്ടിയും ഉണ്ടാക്കുന്നവരും. ഇവരെയെല്ലാം വഴിയിൽവച്ചുകണ്ടു. പരിചയപ്പെട്ടു. അവരുടെ വിഷമങ്ങൾ മനസിലാക്കി. ഗ്രാമീണജീവിതമെന്തെന്ന് അന്നാണ് എംഗൽസിനു മനസിലായത്.

പതിനഞ്ചു ദിവസംകൊണ്ട് ജനീവയിലെത്തി. അവിടെ കമ്യൂണിസ്റ്റ് ലീഗ് അംഗങ്ങളുമായി ബന്ധംവച്ചു. സ്വിറ്റ്സർലണ്ടിലെത്തിയ എംഗൽസ്, പണമില്ലാതെ കുഴങ്ങി. മാർക്സ് എംഗൽസിനെപ്പറ്റി അന്വേഷിച്ചിരുന്നു. എംഗൽസിന് മാർക്സ് അയച്ചുകൊടുത്ത പണം മേൽവിലാസക്കാരനു കിട്ടിയില്ല.

കൊലോണിലെ മർദനം അവസാനിച്ചപ്പോൾ മാർക്സ് അവിടെ എത്തി. 1848 ഒക്ടോബറിൽ വീണ്ടും പത്രം തുടങ്ങി. എംഗൽസിന് മാർക്സ് എഴുതി; "എന്തിനെപ്പറ്റിയെങ്കിലും എഴുതി അയക്കണം."

എംഗൽസ് ആകെ ഒറ്റപ്പെട്ട രീതിയിലാണ് സ്വിറ്റ്സർലണ്ടിൽ താമസിച്ചത്. അവിടെയുള്ള പ്രവർത്തകരുമായി ബന്ധംവച്ചുവെങ്കിലും കൊടുങ്കാറ്റിൽനിന്നകന്നുള്ള ജീവിതം എംഗൽസിനിഷ്ടപ്പെട്ടില്ല. സമരത്തിൽ പങ്കെടുക്കണം; ദൂരത്തു നിന്നു നോക്കിക്കണ്ടാൽപ്പോരാ.

"ഞാൻ മടങ്ങുകയാണ്. ഇവിടെ ഒന്നും ചെയ്യാനില്ല. കൊലോണിലെ ജയിലാണ് ഇവിടത്തെ സ്വാതന്ത്ര്യത്തെക്കാൾ എനിക്കിഷ്ടം." എന്ന് മാർക്സിനെഴുതി. എംഗൽസിനെ അറസ്റ്റു ചെയ്യാനിടയില്ലെന്നായപ്പോൾ 1849 ജനുവരിയിൽ എംഗൽസും കൊലോണിൽ എത്തി.

പക്ഷേ ഭരണാധികാരികൾ വിട്ടില്ല. പത്രത്തിൽ എഴുതിയ ഏതോ ലേഖനത്തിന്റെ പേരിൽ മാർക്സിനും എംഗൽസിനു

മെതിരെ കേസെടുത്തു. കോടതിയിൽ എംഗൽസ്, പത്രസ്വാതന്ത്ര്യത്തിനുവേണ്ടി വാദിച്ചു. മാർക്സ് രാഷ്ട്രീയമായും വാദിച്ചു. അവസാനം ജൂറി അവരെ വെറുതെ വിട്ടു.

ഇത്രയുമായപ്പോൾ കമ്യൂണിസ്റ്റ് ലീഗിന്റെ പരസ്യപ്രവർത്തനം നിർത്തി കൂടുതൽ രഹസ്യപ്രവർത്തനം നടത്തണം എന്ന ഒരു അഭിപ്രായം വന്നു. ഇതിനെ എംഗൽസ് എതിർത്തു. പരസ്യപ്രവർത്തനത്തിനുള്ള സൗകര്യമുള്ളപ്പോൾ രഹസ്യപ്രവർത്തനം മാത്രം നടത്തിയാൽപ്പോരെന്ന് മാർക്സും പറഞ്ഞു.

1849. പലസ്ഥലത്തും വിപ്ലവജ്വാല കെട്ടടങ്ങി. പക്ഷേ തീപ്പൊരികൾ ബാക്കിയുണ്ടായിരുന്നു. ഡ്രെഡ്ഡനിൽ മേയ് മാസത്തിൽ കലാപം പൊട്ടിപ്പുറപ്പെട്ടു. ജനങ്ങൾ തെരുവുകോട്ടകൾ ഉയർത്തി. രാജാവിനെ പുറംതള്ളി. പശ്ചിമജർമനിയിലെ വ്യവസായകേന്ദ്രങ്ങളിലേക്കും വിപ്ലവം പടർന്നുപിടിച്ചു.

എംഗൽസിന്റെ ശ്രദ്ധ ആ സമരങ്ങളിലേക്കു തിരിഞ്ഞു. അവർക്കു പറ്റിയ ഒരു സമരപദ്ധതി എംഗൽസ് തയാറാക്കിക്കൊടുത്തു. ഇതിൽ നേരിട്ടു പങ്കെടുക്കാനായി മേയ് 11 ന് എംഗൽസ് എൽബർഫെൽഡിലെത്തി. അതിന്റെ തലേന്നാളാണ് ഉഗ്രമായ ഒരു സായുധ സംഘട്ടനം അവിടെ നടന്നത്. അങ്ങോട്ടു പോകും വഴി. 400 തൊഴിലാളികളുള്ള ഒരു സായുധ വാളണ്ടിയർസേനയെ എംഗൽസ് സംഘടിപ്പിച്ചു. ഇവരേയും കൊണ്ടാണ് എംഗൽസ് അവിടെ എത്തിയത്.

സായുധരായ തൊഴിലാളികൾ ജയിൽ തുറപ്പിച്ചു. ഉദ്യോഗസ്ഥന്മാരെ പിരിച്ചുവിട്ടു. ഭരണാധികാരികൾ വിഷമിച്ചു. പക്ഷേ മുന്നേറ്റം നിലനിർത്താൻ വിപ്ലവകാരികൾക്കു കഴിഞ്ഞില്ല. നേതൃത്വം ബൂർഷ്വാസികളുടെ കയ്യിലായിരുന്നു. ജനങ്ങളോട് ശാന്തമായിരിക്കാനാണവർ പറഞ്ഞത്: "പ്രസ്ഥാനത്തിനു സമരവീര്യം കൂട്ടാൻ, പുതുജീവൻ നൽകാൻ, എതിരാളികളെ നിർവീര്യമാക്കാൻ, ചെയ്യേണ്ടതു ചെയ്തില്ല" എന്നായിരുന്നു എംഗൽസിന്റെ വിമർശനം. അവസാനം എംഗൽസിനെ സൈനികനേതൃത്വത്തിലേക്ക് എടുത്തു. തെരുവുകോട്ടകളുണ്ടാക്കാനും വേണ്ട സ്ഥലത്ത് ആയുധവും വെടിക്കോപ്പും എത്തിക്കാനും എംഗൽസ് പ്ലാനിട്ടു പ്രവർത്തിച്ചു. വിപ്ലവത്തിനെതിരായവരുടെ കയ്യിലുള്ള ആയുധങ്ങൾ എടുത്ത് തൊഴിലാളികൾക്കു നൽകാൻ എംഗൽസ് ശ്രമിച്ചു. ബൂർഷ്വാസിയിൽനിന്ന് പ്രത്യേകം നികുതി

പിരിക്കണമെന്നും അദ്ദേഹം നിർദേശിച്ചു.

പക്ഷെ എംഗൽസിന്റെ നിർദേശങ്ങളെ കേന്ദ്രകമ്മിറ്റി തള്ളിക്കളഞ്ഞു. തൊഴിലാളികൾ വിട്ടില്ല. അവർ പ്രതിവിപ്ലവശക്തികളുടെ ആയുധപ്പുരകൾ ആക്രമിച്ച് ആയുധങ്ങൾ പിടിച്ചെടുത്തു.

ചുവന്ന ഒരു തുണി ക്രോസ് ബെൽട്ടായി ഏറാപ്പുകെട്ടി പട്ടാളക്കമാന്ററുടെ വേഷത്തിൽ എംഗൽസ് സായുധത്തൊഴിലാളികൾക്കു കഴിവും കരുത്തുമുണ്ടാക്കാൻ ഓടിനടന്നു.

എൽബർഫെൽഡിലെ ബൂർഷ്വാസി, എംഗൽസിന്റെ പ്രവർത്തനങ്ങളിൽ പേടിച്ചു വിറച്ചു. എങ്ങനെയെങ്കിലും എംഗൽസിനെ അവിടെനിന്നു പറഞ്ഞയയ്ക്കാനായി ശ്രമം. അതിനു നുണ പറഞ്ഞു പരത്തി. ജർമനിയുടെ ദേശീയക്കൊടിയല്ല, ചെങ്കൊടിയാണ് എംഗൽസിന്റെ തൊഴിലാളിസേന പിടിച്ചതെന്നുവരെ അവർ നാടെങ്ങും പ്രചരിപ്പിച്ചു. സൈനിക കേന്ദ്രക്കമ്മിറ്റി ഇതുകേട്ടു പതറി. എൽബർഫെൽഡിൽ എംഗൽസിന്റെ സാന്നിധ്യം ജനങ്ങളെ പരിഭ്രമിപ്പിച്ചിരിക്കയാണെന്നും ഉടൻതന്നെ എംഗൽസ് സ്ഥലം വിടുകയാവും നല്ലതെന്നും നേതൃത്വം വാദിച്ചു. സായുധത്തൊഴിലാളികൾ എംഗൽസിനോട് പോകരുതെന്നും പറഞ്ഞു. “ഞങ്ങൾ ജീവൻ കൊടുത്തും താങ്കളെ രക്ഷിക്കാം” എന്ന് തൊഴിലാളികൾ സത്യം ചെയ്തു.

സൈനിക–രാഷ്ട്രീയ–നേതൃത്വത്തിനകത്ത് അഭിപ്രായഭിന്നതയും അനൈക്യവും ഉണ്ടാവരുതെന്നു കരുതി എംഗൽസ് കൊലോണിലേക്കു മടങ്ങിപ്പോയി.

എംഗൽസിന്റെ വേർപാടോടുകൂടി മറ്റു പട്ടണങ്ങളിൽനിന്നു എൽബർഫെൽഡിൽ വന്ന സായുധത്തൊഴിലാളികളും വിപ്ലവകാരികളും അവിടം വിട്ടു. പെറ്റിബൂർഷ്വാനേതൃത്വത്തിന്റെ ഉശിരില്ലായ്മയിൽ അവർ നിരാശരായിരുന്നു.

അങ്ങനെ റൈൻ പ്രദേശത്തെ വിപ്ലവ പ്രവർത്തനം പരാജയപ്പെട്ടു. അതോടെ, മാർക്സും എംഗൽസിനുമെതിരായി പകരംവീട്ടൽ തുടങ്ങി. പത്രാധിപന്മാർക്കെതിരെ കോടതിനടപടികൾ ആരംഭിച്ചു. മാർക്സിനെ പ്രഷ്യയിൽനിന്നു പുറത്താക്കാൻ കൽപ്പനയായി. എൽബർഫെൽഡിലെ പ്രവർത്തനത്തിന് എംഗൽസിനെ അറസ്റ്റുചെയ്യാനും ഉത്തരവായി.

9

ഒളിവിലും കഷ്ടപ്പാടിലും

മേയ് 19ന് പത്രം ചുവന്ന മഷിയിൽ അച്ചടിച്ചു പുറത്തിറക്കി; അവസാനത്തെ ലക്കം "ഞങ്ങൾ വീണ്ടും വരും." എന്നായിരുന്നു അതിന്റെ ധീരമായ സ്വരം.

എംഗൽസ് ഒളിവിൽ പോയി. മാർക്സിന്റെ കൂടെ എംഗൽസും ഫ്രാങ്ക് ഫർട്ടിലെത്തി. തെക്കുപടിഞ്ഞാറൻ ജർമനിയിൽ നടക്കുന്ന കലാപങ്ങളെ വേണ്ടവിധം നയിക്കാൻ ഒരു സൈനിക പ്ലാൻ എംഗൽസ് തയാറാക്കിക്കൊടുത്തു. പക്ഷേ അവിടെയുള്ളവർക്ക് ഈ പരിപാടി നടത്താനുള്ള "ധൈര്യമോ ശക്തിയോ ബുദ്ധിയോ മുൻകയ്യോ" ഉണ്ടായിരുന്നില്ലെന്ന് എംഗൽസ് മനസിലാക്കി.

മറ്റു സ്ഥലങ്ങളിലെ വിപ്ലവസമിതികൾക്ക് ആക്കം കൂട്ടാൻ നടത്തിയ ശ്രമത്തിനിടയിൽ അവരെ അറസ്റ്റു ചെയ്തു. മോചനത്തിനുശേഷം അവർ രണ്ടുവഴിക്കു തിരിഞ്ഞു. എംഗൽസ് സമരരംഗത്തേക്കും മാർക്സ് പാരീസിലേക്കും.

ഒരു പ്രത്യേക ഘട്ടത്തിൽ തനിക്ക് ഇടപെടേണ്ടിവരുമെന്നു കരുതി എംഗൽസ്, സായുധസമരം നടക്കുന്ന പ്രദേശത്തുനിന്നു. പിന്നീട് വിപ്ലവസേനയിൽ ഒരു പടയാളിയായിച്ചേർന്നു. വേഗം നേതൃത്വത്തിലേയ്ക്കുയർന്ന എംഗൽസ് പ്രഷ്യൻ പട്ടാളത്തിനെതിരെ 1849 ജൂൺ 20ന് ഒരു പ്രത്യാക്രമണം നടത്തി. മുമ്പിൽ എംഗൽസുണ്ടായിരുന്നു. പിൻവാങ്ങുമ്പോൾ ഏറ്റവും പിന്നിലാ

യിരുന്നു എംഗൽസ്.

ഇങ്ങനെ നാലു സായുധസംഘട്ടനങ്ങൾ അവിടെ എംഗൽസിന്റെ നേതൃത്വത്തിൽ നടന്നു. എംഗൽസിന്റെ 'വിപദി ധൈര്യവും കൂസലില്ലായ്മയും എല്ലാവരും പുകഴ്ത്തി. തക്കസ്ഥലത്തും സമയത്തും സേനകളെ എത്തിക്കുകയും തല്ലുംതടവും തന്ത്രപരമായി നടത്തുകയും ചെയ്ത എംഗൽസ് തൊഴിലാളി വർഗ സമരതന്ത്രജ്ഞൻ എന്ന പേരു നേടി.

വിപ്ലവം ജയിച്ചില്ല. എംഗൽസ് പിൻവാങ്ങി. ഫ്രെഞ്ച് അതിർത്തിയിലെത്തി. അവിടെനിന്നു മാർക്സുമായി ബന്ധം പുലർത്താൻ ശ്രമിച്ചു. കുറച്ചുകാലമായി മാർക്സിനെപ്പറ്റി യാതൊരു വിവരവുമില്ലായിരുന്നു.

എംഗൽസിന്റെ കത്തു കിട്ടിയപ്പോൾ മാർക്സ് നെടുവീർപ്പിട്ടു: "പ്രിയപ്പെട്ട എംഗൽസ് ഞാനും ഭാര്യയും താങ്കൾക്കെന്തു സംഭവിച്ചിരിക്കും എന്ന് ഓർത്ത് വിഷമിച്ചിരിക്കവേയാണ് കത്തു കിട്ടിയത്. ഞങ്ങൾ സന്തോഷംകൊണ്ടു മതിമറന്നിരിക്കുകയാണ്."

തന്റെ അനുഭവങ്ങൾ കാണിച്ചുകൊണ്ടുള്ള ഒരു പുസ്തകം എംഗൽസ് എഴുതി. അതു പ്രസിദ്ധീകരിക്കാൻ ആരും ഒരുങ്ങിയില്ല. തൊഴിലാളിസഖാക്കളുടെ ധൈര്യത്തെ അതു വാഴ്ത്തി. പെറ്റിബൂർഷാഭീരുത്വത്തെ തുറന്നുകാട്ടി.

എംഗൽസ് സ്വിറ്റ്സർലണ്ടിലെത്തിയിരുന്നു.

മാർക്സിനെ പാരീസിൽനിന്നു വീണ്ടും നാടുകടത്തി. ഇംഗ്ലണ്ടിലേക്കു പോകാൻ സ്നേഹിതന്മാർ നിർബന്ധിച്ചു. മാർക്സ് എംഗൽസിനെയും ലണ്ടനിലേക്കു ക്ഷണിച്ചു. അവിടെച്ചെന്ന് ജർമൻഭാഷയിൽ ഒരു രാഷ്ട്രീയ മാസിക തുടങ്ങാനായിരുന്നു ഉദ്ദേശ്യം. "വരണം, വരാതിരിക്കരുത്. നമുക്കവിടെ ഒരുപാടു പണി ചെയ്യാനുണ്ട്." എന്നു മാർക്സ് എംഗൽസിനെഴുതി.

പക്ഷേ എങ്ങനെ ഇംഗ്ലണ്ടിലെത്തും? ജർമനിയിലും ഫ്രാൻസിലും കടക്കരുത്. ഇറ്റലിയിൽനിന്നു കപ്പൽകയറണം. അതിനു ജനീവയിലെത്തി. പൊലീസിന്റെ ദൃഷ്ടിയിൽപ്പെടാതെ ഇംഗ്ലണ്ടിലേക്കുള്ള ഒരു കപ്പലിൽ കയറി. അഞ്ചാഴ്ചയാത്രയ്ക്കിടയിൽ നാവിക തന്ത്രത്തെപ്പറ്റി കിട്ടാവുന്നത്ര പുസ്തകങ്ങൾ

എംഗൽസ് വായിച്ചു പഠിച്ചു. ഇങ്ങനെ പഠിക്കാൻ കിട്ടിയ ഏതു വിഷയവും എംഗൽസ് പഠിച്ചു.

ഇംഗ്ലണ്ടിലെത്തി മാർക്സിനെ കണ്ടു. ജർമൻ അഭയാർഥി പ്രസ്ഥാനവുമായി സമ്പർക്കം പുലർത്തി. കമ്യൂണിസ്റ്റ് ലീഗിന്റെ കേന്ദ്രക്കമ്മിറ്റിയിൽ എംഗൽസ് അംഗമായി.

മാർക്സ് തുടങ്ങുന്ന മാസികയെ എംഗൽസ് എല്ലാവിധത്തിലും സഹായിച്ചു. പണമില്ലാത്തതിനാൽ നന്നേ വിഷമിച്ചു പണമുണ്ടാക്കാനും മാസികവിതരണത്തിന് ഏജന്റുമാരെ കണ്ടുപിടിക്കാനും എംഗൽസ് മുൻകയ്യെടുത്തു.

മാസികയിൽ അധികവും മാർക്സിന്റെയും എംഗൽസിന്റെയും ലേഖനങ്ങളായിരുന്നു. *ജർമനിയിലെ കർഷകയുദ്ധം*

എന്ന എംഗൽസിന്റെ കൃതി ഇതിലാണ് ആദ്യം വന്നത്.

മറ്റുരാജ്യങ്ങളിൽനിന്നുള്ള വിപ്ലവകാരികളുമായി ഇവർ ബന്ധപ്പെട്ടു. തൊഴിലാളിപ്രസ്ഥാനത്തിനു ശരിയായ തത്വശാസ്ത്രവും സമരതന്ത്രവും നൽകാൻ അവർ ശ്രമിച്ചു.

കമ്യൂണിസ്റ്റ് ലീഗിന്റെ പ്രവർത്തനത്തിൽ രണ്ടു പ്രവണതകൾ തലപൊക്കിയിരുന്നു. ഒന്ന്, സെക്ടേറിയനിസം–വിഭാഗീയചിന്ത. മറ്റൊന്ന്, രഹസ്യപ്രവർത്തനത്തിനു നൽകിയ പ്രാധാന്യം. ഇതുരണ്ടും തെറ്റാണെന്ന് മാർക്സും എംഗൽസും വാദിച്ചു. ഇതിന്, എതിരാളികൾ അവരെ വിപ്ലവശത്രുക്കൾ, ഭീരുക്കൾ, ഉശിരില്ലാത്തവർ, പാർട്ടിക്കൂറില്ലാത്തവർ എന്നൊക്കെ ശകാരിച്ചു.

പതുക്കെ, കമ്യൂണിസ്റ്റ് ലീഗ് ഒരു പിളർപ്പിനെ നേരിടുകയായിരുന്നു. ഐക്യം നിലനിർത്താൻ മാർക്സും എംഗൽസും ആവുന്നത്ര ശ്രമിച്ചു. *കമ്യൂണിസ്റ്റ് മാനിഫെസ്റ്റോ*വിന്റെ സ്പിരിട്ടിനെതിരെ പ്രവർത്തിച്ചവരാണ് പിളർപ്പിനു രംഗമൊരുക്കിയത്.

തങ്ങളുണ്ടാക്കിയ സംഘടന പിളരുന്നതിൽ അവർ ദുഃഖിച്ചു. ജീവിതം ദുസ്സഹമായി.

മാർക്സും എംഗൽസും പരമദാരിദ്ര്യത്തിൽക്കിടന്നു കുഴങ്ങി. മാർക്സിനെ രക്ഷിക്കാൻ മാഞ്ചെസ്റ്ററിലെ പഴയ ജോലി തൽക്കാലത്തേക്കു സ്വീകരിക്കാൻ എംഗൽസ് ഉറച്ചു.

10

കമ്യൂണിസ്റ്റ് ലീഗിന്റെ അവസാനം

മാഞ്ചെസ്റ്ററിൽ എംഗൽസിന്റെ ജീവിതം വിരസമായിരുന്നു. പക്ഷേ മാർക്സിനെ സഹായിക്കാൻ ഇതല്ലാതെ വഴിയില്ല. അതുകൊണ്ട് ഈ വഴിതന്നെ എംഗൽസ് തുടർന്നു. മാർക്സും എംഗൽസും തമ്മിൽ ദിവസേന, കത്തുകൾവഴി, ബന്ധപ്പെട്ടിരുന്നു. "ഒരുതരം ഏകാന്തത എനിക്കനുഭവപ്പെടുന്നു; താങ്കളെ കാണാൻ തിരക്കായി. പലതും സംസാരിക്കാനുണ്ട് എന്നു മാർക്സ് എഴുതും. ഉടൻ എംഗൽസ് ലണ്ടനിലെത്തി കുറച്ചുദിവസം മാർക്സിന്റെകൂടെ താമസിക്കും. ആ കുടുംബത്തിനും അതു വലിയ സന്തോഷമായിരുന്നു. മാർക്സിന്റെ കുട്ടികളുടെ കൂടെ എംഗൽസ് കളിക്കും. എംഗൽസ് വരുന്നുണ്ട് എന്ന വിവരം കിട്ടിയാൽ പിന്നെ മാർക്സിന് ഒരു പണിയും ചെയ്യാൻവയ്യ. കൂടിക്കാഴ്ചയ്ക്കൊരുങ്ങുകയാവും മാർക്സ്. കഴിഞ്ഞതവണ കണ്ടതിനുശേഷമുള്ള കാര്യങ്ങൾ രാത്രി ഉറക്കമൊഴിച്ചിരുന്ന് അവർ സംസാരിക്കും.

അതിനിടയിൽ അമേരിക്കയിലെ *ന്യൂയോർക്ക് ഹെറാൾഡ് ട്രിബ്യൂൺ* എന്ന പത്രത്തിന്റെ ലണ്ടൻ ലേഖകനായി മാർക്സിനെ നിയോഗിച്ചിരുന്നു. എംഗൽസിന്റെയും മാർക്സിന്റെയും പല ലേഖനങ്ങളും മാർക്സ് ആ പത്രത്തിനയച്ചുകൊടുത്തു. ജർമൻ വിപ്ലവസമരങ്ങളെപ്പറ്റി എംഗൽസ് ആ പത്രത്തിലെഴുതിയ ലേഖ

നത്തിലാണ് "സായുധ വിപ്ലവം കൊണ്ടു കളിക്കരുത്. തികച്ചും തയാറെടുക്കാതെ അതിനൊരുമ്പെടുക്കരുത്." എന്ന പ്രശസ്ത വാക്യങ്ങൾ എഴുതിയത്.

കമ്യൂണിസ്റ്റ് ലീഗിന്റെ കേന്ദ്രകമ്മിറ്റി കൊലോണിലാണുണ്ടായിരുന്നത്. എങ്കിലും മാർക്സും എംഗൽസും തന്നെയായിരു

ന്നു. അതിന്റെ നേതാക്കൾ. ഇതിനിടയിൽ ജർമനിയിൽ ലീഗിന്റെ പല പ്രവർത്തകരേയും അറസ്റ്റുചെയ്തു. പ്രഷ്യൻ ചാരന്മാർ, ഇംഗ്ലണ്ടിൽ പ്രവർത്തിക്കുന്ന മാർക്സിനെയും എംഗൽസിനെയും നോട്ടപ്പുള്ളികളാക്കി. എംഗൽസ് മാർക്സിന് എഴുതി: "നമ്മുടെ കടലാസുകളെല്ലാം സൂക്ഷിച്ചുവയ്ക്കണം, വിശ്വാസമുള്ള ഏതെങ്കിലും സ്ഥലത്ത്. ഇവിടെ ചാരന്മാരാണു സർവത്ര. അവരുടെ ശല്യം ഒഴിവാക്കി ഒരടി നടക്കാൻ പറ്റുന്നില്ല."

മാർക്സിനേയും എംഗൽസിനേയും പ്രഷ്യൻപൊലീസിനു വിട്ടുകൊടുക്കാൻ നോക്കിയ ശ്രമം ഫലിച്ചില്ല.

ജയിലുകളിൽക്കഴിയുന്ന ജർമനിയിലെ നേതാക്കളുമായി രഹസ്യബന്ധം പുലർത്താൻ അവർ ശ്രമിച്ചു. അവരുടെ കേസു നടത്തുവാൻ അഭിഭാഷകരെ ഏർപ്പെടുത്തി. ഇടയ്ക്കിടെ ജർമനിയിലെ മർദനനടപടികളെപ്പറ്റി മാർക്സും എംഗൽസും പല പ്രസ്താവനകളും പുറത്തിറക്കിയിരുന്നു.

ഏതായാലും കൊലോണിൽ കമ്യൂണിസ്റ്റ് ലീഗിന്റെ പ്രവർത്തനം നിലച്ചു. ലണ്ടനിലെ കമ്യൂണിസ്റ്റ് ലീഗ്, 1852 ൽ മാർക്സിന്റെ നിർദേശപ്രകാരം സ്വയം പിരിച്ചുവിട്ടു. "കൊലോൺ വിചാരണയോടുകൂടി ജർമനിയിലേയും ലോകത്തിലേയും തൊഴിലാളിവർഗപ്രസ്ഥാനത്തിന്റെ ആദ്യഘട്ടം കഴിഞ്ഞു" എന്നാണ് എംഗൽസ് ഇതിനെപ്പറ്റി എഴുതിയത്.

അങ്ങനെ കമ്യൂണിസ്റ്റ് ലീഗ് പിരിച്ചുവിടപ്പെട്ടു. മുതലാളിത്തരാജ്യങ്ങൾ സാമ്പത്തികക്കുഴപ്പത്തെ നേരിടുകയായിരുന്നു.

11

മുതലാളിത്തക്കുഴപ്പം

ഒരു യന്ത്രംപോലെയായിരുന്നു എംഗൽസിന്റെ ജീവിതം. രാവിലെ 9 മണി മുതൽ വൈകുന്നേരം 5 മണിവരെ മാഞ്ചെസ്റ്ററിലെ ആഫീസിൽ കഴിയും. അവിടെച്ചെന്നാൽ, കമ്പനിക്കാര്യങ്ങളാണ്. ഒന്നും വായിക്കാനോ എഴുതാനോ പറ്റില്ല. "അങ്ങനെ 20 വർഷം എംഗൽസിനെപ്പോലെ ഒരാൾ ജീവിക്കുക എന്നുവെച്ചാൽ എന്തു കഷ്ടം! എന്നാണിതിനെപ്പറ്റി മാർക്സിന്റെ മകൾ എഴുതിയത്.

എംഗൽസ് തന്റെ വിഷമത്തെപ്പറ്റി ആരോടും പരാതിപ്പെട്ടില്ല. താൻ അറിഞ്ഞുകൊണ്ടു സ്വീകരിച്ച പണിയാണിത്. മാർക്സിനെ ദാരിദ്ര്യത്തിൽ നിന്നു രക്ഷിക്കണം. എല്ലാം പ്രസന്നതയോടെ സഹിച്ചു.

നഗരത്തിനുപുറത്തു ചെറിയൊരു വീട്ടിലാണ് എംഗൽസ് താമസിച്ചത്. മേരിബേൺസും അവരുടെ അനുജത്തി ലിസിബേൺസും അവിടെ ഉണ്ടായിരുന്നു. എന്നും വൈകുന്നേരം തൊഴിലാളി സഖാക്കളും നേതാക്കളും അവിടെ വരും. എംഗൽസിന് ഏറ്റവും ഹൃദ്യമായ സമയം അതായിരുന്നു. രാഷ്ട്രീയ കാര്യങ്ങളാവും ചർച്ചാവിഷയം.

മേരി ബേൺസും ലിസിയും ഐർലണ്ടിലെ സ്വാതന്ത്ര്യപ്രസ്ഥാനത്തിനോട് അനുഭാവമുള്ളവരായിരുന്നു. 1856 ൽ

എംഗൽസും മേരിയും കൂടി ഐർലണ്ടിലൊരു സന്ദർശനം നടത്തി. അവിടത്തെ തകരുന്ന ഗ്രാമവ്യവസ്ഥ കണ്ട് എംഗൽസ് എഴുതി: "ഗ്രാമങ്ങളിൽ ജനങ്ങളെല്ലാം നശിക്കുകയാണ്. കുറച്ചു ജന്മികൾ മാത്രമാണ് ജീവിക്കുന്നത്."

മാർക്സ്, എംഗൽസിൽനിന്നു കിട്ടുന്ന സാമ്പത്തിക സഹായത്തെക്കാൾ വിലമതിച്ചത്, ധാർമികമായ പിന്തുണയും ആത്മാർഥമായ സ്നേഹവും ആയിരുന്നു.

മാർക്സിന്റെ കൂടെയാണ് മിക്കപ്പോഴും ക്രിസ്മസും പുതുവർഷവും എംഗൽസ് കഴിച്ചുകൂട്ടിയത്. സൗകര്യംകിട്ടുമ്പോൾ മാർക്സ്, മാഞ്ചെസ്റ്ററിൽപ്പോയി എംഗൽസിന്റെകൂടെയും താമസിക്കുമായിരുന്നു.

ഇവർ തമ്മിലുള്ള സ്നേഹബന്ധം ദശാബ്ദങ്ങളായി തുടർന്നു. തൊഴിലാളിവർഗസമരതന്ത്രങ്ങളും രാഷ്ട്രീയപ്രശ്നങ്ങളും ശാസ്ത്രീയവിഷയങ്ങളും സംബന്ധിച്ച് അവർ തമ്മിൽ എഴുത്തുകൾ കൈമാറി. "എംഗൽസിന്റെ കയ്യെഴുത്തുകണ്ടാൽ എന്റെ ക്ഷീണവും നിരാശയും തീരും." എന്നാണ് മാർക്സ് പറഞ്ഞിരുന്നത്.

കമ്യൂണിസ്റ്റ് ലീഗ് പിരിച്ചുവിട്ടുവെങ്കിലും വിപ്ലവകാരികൾ തമ്മിലുള്ള ബന്ധം മുറിഞ്ഞിരുന്നില്ല. അടുത്ത വിപ്ലവസമരങ്ങൾക്ക് തയാറായിനിൽക്കണമല്ലോ. അതിനു പറ്റിയ നിർദേശങ്ങൾ (പരസ്യമായും രഹസ്യമായും) മാർക്സും എംഗൽസും കൊടുത്തു. ജർമനിയിൽനിന്നും മറ്റും ഇവരെ കാണാൻ തൊഴിലാളി പ്രതിനിധികൾ വന്നിരുന്നു.

ഇംഗ്ലണ്ടിൽ ചാർട്ടിസ്റ്റുപ്രസ്ഥാനം ക്ഷീണിച്ചു. ട്രേഡ് യൂണിയനുകൾ പരിഷ്കരണവാദം സ്വീകരിച്ചു. ഇതിനെക്കുറിച്ച് എംഗൽസ് മാർക്സിനെഴുതി; "ഇംഗ്ലീഷ് തൊഴിലാളി വർഗത്തിന് ബൂർഷ്വാസ്വഭാവം കൂടിവരികയാണെന്നു തോന്നുന്നു."

അമേരിക്ക, ജർമനി, ഇംഗ്ലണ്ട്, ഫ്രാൻസ് എന്നിവിടങ്ങളിലെ ബൂർഷ്വാ പത്രങ്ങളിലും മാർക്സിന്റെയും എംഗൽസിന്റെയും ലേഖനങ്ങൾ വന്നുതുടങ്ങി. ബൂർഷ്വാ പത്രങ്ങളെ ഇതിനുപയോഗിക്കുകയേ അന്നു വഴിയുണ്ടായിരുന്നുള്ളൂ. മധ്യപൗരസ്ത്യദേശം, തുർക്കി, ഇന്ത്യ, ചൈന, അഫ്ഗാനിസ്താൻ, പേർഷ്യ എന്നീ

രാജ്യങ്ങളെക്കുറിച്ചെല്ലാം അവർ പഠിച്ചു. ഇന്ത്യയിലെ ബ്രിട്ടീഷുഭരണത്തിന്റെ ക്രൂരതയെ അവർ നഗ്നമായി ചിത്രീകരിച്ചു. ചൈനയിലെ കറുപ്പുയുദ്ധങ്ങളെയും അവർ എതിർത്തു.

ചരിത്രം, ശാസ്ത്രം എന്നീ വിഷയങ്ങളിൽ എംഗൽസ് പ്രത്യേകം പഠനം നടത്തി. അമേരിക്കയിലൊരു വിജ്ഞാനകോശത്തിനു പല രാജ്യങ്ങളെപ്പറ്റിയും സൈനികശാസ്ത്രവിഷയങ്ങളെപ്പറ്റിയും എംഗൽസ് ലേഖനങ്ങൾ എഴുതി. ജീവശാസ്ത്രത്തിലെ 'സെൽ' സിദ്ധാന്തം, ഡാർവിന്റെ പരിണാമസിദ്ധാന്തം ഇവയെപ്പറ്റിയെല്ലാം എംഗൽസ് പഠിച്ചു. മനുഷ്യന്റെ ശരീരശാസ്ത്രത്തിലും എംഗൽസ് പ്രത്യേകം താൽപ്പര്യം കാണിച്ചു.

1856 ൽ യൂറോപ്പിനെ ഒരു സാമ്പത്തികക്കുഴപ്പം നേരിടുകയാണെന്ന് അവർ കണ്ടു. മുതലാളിത്തത്തിലെ ആദ്യത്തെ പൊതുക്കുഴപ്പം തുടങ്ങി.

12

ഇന്റർനാഷണൽ

ആയിരത്തിയെണ്ണൂറ്റി അൻപത്തിയേഴിലെ സാമ്പത്തികക്കുഴപ്പം ഒരു രാഷ്ട്രീയക്കുഴപ്പമായിത്തീരുമെന്ന് മാർക്സും എംഗൽസും പ്രവചിച്ചു. അത് വിപ്ലവപ്രസ്ഥാനത്തിന് ആക്കം കൂട്ടുമെന്നും മുതലാളിത്തം തകരാനതു വഴിവെക്കുമെന്നും കണ്ട് എംഗൽസ് സന്തോഷിച്ചു. "അതിന്റെ വാർത്തകൾ കേൾക്കുന്നത് ഒരു സമുദ്രസ്നാനം പോലെ എനിക്ക് ഉശിരേകി" എന്നാണ് എംഗൽസ് പറയുന്നത്.

ഇറ്റലി, വിപ്ലവത്തിലേക്ക് എത്തിനോക്കി നിന്നു. മസീനിയുടെ നേതൃത്വത്തിൽ വിപ്ലവശക്തികൾ മുന്നേറിയിരുന്നു.

1859 ൽ ഒരു ജനാധിപത്യ-സാമൂഹ്യ പത്രം തുടങ്ങാൻ മാർക്സും എംഗൽസും സഖാക്കളും മുൻകൈയെടുത്തു.

"ആയിരം സായുധരായ സന്നദ്ധഭടന്മാരെക്കൊണ്ട് ഇറ്റലിയെ ഏകീകരിച്ച" ഗാരിബാൾഡിയുടെ സുശക്ത നേതൃത്വത്തെ എംഗൽസ് വാഴ്ത്തി.

ഫ്രാൻസ്, ജർമനി, പോളണ്ട് എന്നിവിടങ്ങളിലെ രാഷ്ട്രീയ ചലനങ്ങളെല്ലാം എംഗൽസ് പഠിച്ചു. പോളണ്ട്, റഷ്യൻ സാമ്രാജ്യത്വത്തിനെതിരായി പോരാടുകയായിരുന്നു.

ആഫീസുപ്രവർത്തനവും നിരന്തരമുള്ള പഠനവും നിരവധി പത്രങ്ങൾക്കുള്ള ലേഖനമെഴുത്തും എംഗൽസിനെ ക്ഷീണിപ്പി

ച്ചില്ല. ഊർജസ്വലതയോടെ അദ്ദേഹം എല്ലാ വിഷമങ്ങളും നേരിട്ടു.

കുതിരസവാരിയും ദേശാടനവുമായിരുന്നു എംഗൽസിന് ഇഷ്ടപ്പെട്ട വിനോദങ്ങൾ. ഡെൻമാർക്ക്, ബെൽജിയം, ലക്സംബർഗ് എന്നിവിടങ്ങളിൽ അദ്ദേഹം സന്ദർശിച്ചു.

ചുറ്റുമുള്ള പ്രകൃതിയേയും ജനങ്ങളേയും സൂക്ഷ്മമായി നിരീക്ഷിച്ചുകൊണ്ട് കുറേദൂരം നടക്കുന്നത് എംഗൽസിന്റെ പതിവായിരുന്നു.

അച്ഛന്റെ മരണസമയത്ത് അവിടെ എത്താൻ എംഗൽസിനു കഴിഞ്ഞില്ല. 1849 ൽ എംഗൽസിനെതിരായ അറസ്റ്റുവാറണ്ട് ഉണ്ടായിരുന്നത് പിൻവലിച്ചതിനുശേഷം മാത്രമേ അദ്ദേഹത്തിന് അവിടെ എത്താൻ കഴിഞ്ഞുള്ളൂ. അപ്പോഴേയ്ക്കും അച്ഛൻ മരിച്ചിരുന്നു.

അച്ഛന്റെ മരണത്തോടെ ജർമനിയിലുള്ള അവകാശങ്ങൾ സഹോദരന്മാർക്കു കൊടുത്തു. എംഗൽസിന് പതിനായിരം പവന്റെ ഓഹരി മാഞ്ചെസ്റ്ററിൽ കിട്ടി. ഓഹരിയുടമയായെങ്കിലും തന്റെ ജോലി കുറച്ചുകാലം കൂടി നടത്താൻ എംഗൽസ് സമ്മതിച്ചു.

മാഞ്ചെസ്റ്ററിൽ പഴയ സുഹൃത്തുക്കളുമായി ജീവിച്ചു. പല സംഘടനകളിലും പ്രവർത്തിച്ചു. അതിനിടയിലാണ് ജീവിതസഖിയായ മേരി ബേൺസ് 1863 ജനുവരി 3ന് മരിച്ചത്. "മേരിയുടെ ശവസംസ്കാരത്തോടെ എന്റെ യുവത്വത്തിന്റെ അവസാന കണികയും കുഴിച്ചുമൂടപ്പെട്ടതായി തോന്നുന്നു." എന്നാണ് മാർക്സിന് എംഗൽസ് എഴുതിയത്.

എംഗൽസ് എങ്ങോട്ടോ യാത്രപോയിരുന്ന കാലത്താണ് 1864 സെപ്റ്റംബർ 6ന് സാർവദേശീയ തൊഴിലാളിസംഘടന, ലണ്ടനിൽ രൂപീകരിച്ചത്. ബ്രിട്ടൻ, ഫ്രാൻസ്, ജർമനി, ഇറ്റലി, പോളണ്ട് എന്നിങ്ങനെ പല രാജ്യങ്ങളിൽനിന്നുമുള്ള തൊഴിലാളിപ്രതിനിധികൾ ഈ സംഘടനയിൽ ചേർന്നു.

അതോടെ മാർക്സിനും എംഗൽസിനും പ്രായോഗിക വിപ്ലവപ്രവർത്തനത്തിന് ഒരവസരം കിട്ടി. മാർക്സിസത്തെ തൊഴിലാളി വർഗപ്രസ്ഥാനവുമായി ബന്ധിപ്പിക്കാനും വികസിപ്പിക്കാ

നും അവർക്കു കഴിഞ്ഞു.

പലതരം അനുഭവങ്ങളും ചിന്താഗതികളുമുള്ളവരായിരുന്നു സംഘടനയിൽ. എംഗൽസ് എഴുതുന്നു: "ഒരാൾക്കു മാത്രമേ, എന്താണിനി ചെയ്യേണ്ടത്? എന്തിനാണീ സംഘടന എന്നതിനെപ്പറ്റി വ്യക്തരൂപമുണ്ടായിരുന്നുള്ളൂ- 1848-ൽ ലോകത്തൊഴിലാളികളേ സംഘടിക്കുവിൻ എന്നു പറഞ്ഞ മാർക്സിനുമാത്രം."

"അധികാരം പിടിച്ചെടുക്കാൻ തൊഴിലാളിവർഗം ഒരുങ്ങിയിരിക്കണം" എന്നു മാർക്സ് പറഞ്ഞു.

മേരിയുടെ സഹോദരി ലിസിയെയാണ് എംഗൽസ് പിന്നീട് തന്റെ സഹധർമിണിയായി സ്വീകരിച്ചത്.

സാഹിത്യം, പഴയ ജർമൻഭാഷ, നാടോടിക്കലകൾ, പുരാതന നിയമം, പഴയ ഇംഗ്ലീഷ്, ജർമൻ ചരിത്രം, ഫിസിക്സ്, കെമിസ്ട്രി, ബയോളജി, ഫിസിയോളജി, ജിയോളജി ധനശാസ്ത്രചരിത്രം എന്നിങ്ങനെ പല വിഷയങ്ങളും എംഗൽസ് പഠിച്ചിരുന്നു.

ഇതോടൊപ്പം ജർമനിയിലെ തൊഴിലാളി വർഗപ്രസ്ഥാനവുമായി ബന്ധംപുലർത്തുകയും ചെയ്തിരുന്നു. മാർക്സുമായി കത്തുകൾ കൈമാറിയിരുന്നു. പ്രത്യയശാസ്ത്രപരമായ സമരത്തിൽ മാർക്സിനെ സർവാത്മനാ സഹായിക്കുകയും ചെയ്തിരുന്നു.

13

"ഞാൻ സ്വതന്ത്രനായി!"

ഇന്റർനാഷണലിനെ ബഹുജനങ്ങളുടെ ഒരു സമരസംഘടനയാക്കാൻ മാർക്സും എംഗൽസും ശ്രമിച്ചു. ജർമനിയിലെ ചില സോഷ്യലിസ്റ്റുകാർ, ബിസ്മാർക്കിനെപ്പോലുള്ള ഭരണാധികാരികളെ സഹായിക്കുന്നതു കണ്ട് എംഗൽസ് അമ്പരന്നു. ജർമൻതൊഴിലാളികളിൽനിന്ന് ഒരുവിഭാഗം ഇന്റർനാഷണലിൽനിന്നു വിട്ടുപോവുകയുമുണ്ടായി.

എന്നാൽ ഇന്റർനാഷണലിന്റെ നേതാക്കളായ ലൈബ്നെഷ്ട്, ബെബൽ എന്നിവർ ജർമനിയിൽ തിരഞ്ഞെടുപ്പിനു നിൽക്കുകയും ജയിക്കുകയും ചെയ്തു. ഇതോടെ, തൊഴിലാളിവർഗലക്ഷ്യങ്ങൾ നേടാൻ പാർലമെന്റിൽ എങ്ങനെ പ്രവർത്തിക്കണം എന്നതിനെക്കുറിച്ച് എംഗൽസ് ശ്രദ്ധിക്കുകയും യഥാവസരം നിർദേശങ്ങൾ നൽകുകയും ചെയ്തു. തൊഴിലാളിവർഗലക്ഷ്യങ്ങളെ ദേശീയ ജനാധിപത്യലക്ഷ്യങ്ങളുമായി ബന്ധിപ്പിക്കണം എന്നായിരുന്നു എംഗൽസ് പറഞ്ഞത്.

1868–ൽ *മൂലധന*ത്തിന്റെ പ്രസിദ്ധീകരണത്തെത്തുടർന്ന്, കാൾ മാർക്സിന്റെ ഒരു ജീവചരിത്രം എംഗൽസ് എഴുതി. മാർക്സിന്റെ ആദ്യത്തെ ജീവചരിത്രകാരൻ എംഗൽസാണ്.

1870 ൽ *ജർമനിയിലെ കർഷകയുദ്ധ*ത്തിന്റെ പുതിയ പതിപ്പ് പ്രസിദ്ധീകരിച്ചു. ഇതിൽ, വിവിധ നിലകളിലുള്ള കൃഷിക്കാരോട്

എങ്ങനെ പെരുമാറണം എന്ന് എംഗൽസ് സൂചന നൽകി. "വലിയ കൃഷിക്കാരെപ്പോലല്ല ചെറുകൃഷിക്കാർ. അവർ അധ്വാനിക്കുന്നവരാണ്. അതുപോലെ കാർഷികത്തൊഴിലാളികളുണ്ട്. അവർക്ക് യാഥാർഥ്യം മനസിലാക്കിക്കൊടുക്കാൻ കഴിഞ്ഞാൽ, ഫ്യൂഡൽ ബ്യൂറോക്രാറ്റിക്, ബൂർഷ്വാഭരണം ജർമനിയിലില്ലാതാവും." എന്നുവരെ എംഗൽസ് എഴുതി.

ഐർലണ്ടിന്റെ വലിയൊരു ചരിത്രമെഴുതാൻ തുനിഞ്ഞ എംഗൽസ്, ഇതിനായി ഐറിഷ് ഭാഷ വശമാക്കി. പക്ഷേ, മറ്റു പ്രവർത്തനങ്ങൾ കാരണം പണി മുഴുവനായില്ല.

1869 ജൂൺ 30. കരാറനുസരിച്ച്, എംഗൽസിന്റെ ഉദ്യോഗകാലാവധി അവസാനിക്കുന്ന ദിവസമാണത്. "ഇന്ന് ഞാൻ സ്വതന്ത്രനാണ്" എന്ന് അദ്ദേഹം സന്തോഷഭരിതനായി മാർക്സിന് എഴുതി.

ആ മുഖം പ്രസന്നമായി. എന്തോ ഭാരം ഇറക്കിവെച്ചപോലെ. ഇനി, ഓഹരിക്കാരെന്നെ നിലയ്ക്കുള്ള സമ്പാദ്യംകൊണ്ട് മാർക്സിനും തനിക്കും ജീവിക്കാം. മുഴുവൻ സമയവും വിപ്ലവപ്രവർത്തനത്തിനിറങ്ങാം.

"ഈ വൃത്തികെട്ട വ്യാപാരത്തിൽനിന്നു ഞാൻ രക്ഷപ്പെട്ടുവല്ലോ. യൂറോപ്പ് ആകെ ചൂടുപിടിക്കുകയാണ്. ഏതുദിവസവും കൊടുങ്കാറ്റടിക്കാം." എംഗൽസ് ഒരു സ്നേഹിതനെഴുതി.

കൊടുങ്കാറ്റടിക്കുകതന്നെ ചെയ്തു. 1870 ജൂലൈയിൽ ഫ്രാൻസും പ്രഷ്യയും തമ്മിൽ യുദ്ധം പൊട്ടിപ്പുറപ്പെട്ടു. തൊഴിലാളിവർഗത്തിന്റെ കടമ എന്ത് എന്ന ചോദ്യം വന്നു. ഫ്രെഞ്ചു തൊഴിലാളികളും ജർമൻ തൊഴിലാളികളും തമ്മിൽ വിരോധമാകരുത് എന്നും "തൊഴിലാളികളുടേതായ യഥാർഥത്തിലുള്ള വിദേശനയം" കൊണ്ട് ബൂർഷ്വാവിദേശനയത്തെ എതിർക്കണമെന്നും ഇന്റർനാഷണൽ പ്രഖ്യാപിച്ചു.

മാഞ്ചെസ്റ്ററിലെ ജോലി അവസാനിച്ചതോടെ 1870 സെപ്റ്റംബറിൽ എംഗൽസ് ലണ്ടനിലേക്കു താമസം മാറ്റി, മാർക്സിന്റെ വീടിന്റെ അടുത്തുതന്നെ. ദിവസേന തമ്മിൽക്കാണാം. സംസാരിക്കാം. ഒന്നിച്ചു നടക്കാം. പൊതുവിഷയങ്ങൾ ചർച്ചചെയ്യുകയും അന്യോന്യം വിമർശിക്കുകയും ആവാം. ആ സ്നേഹിതന്മാർക്കി

തിലധികം സന്തോഷം മറ്റെന്തുണ്ട്?

എംഗൽസിന്റെ മുറിനിറയെ പുസ്തകങ്ങളാണ്. അവിടെയാണ് അധികവും ഇരിക്കുക. എപ്പോഴും വായനയും എഴുത്തും തന്നെ. പുസ്തകങ്ങളെല്ലാം ക്രമമായി വെച്ചിരിക്കും. കത്തുകൾക്ക് അന്നന്നു മറുപടികൊടുക്കും. ആയാസരഹിതമായിരുന്നു എംഗൽസിന്റെ പ്രവർത്തനശൈലി. ലളിതമായിരുന്നു ജീവിതം. ആവശ്യങ്ങൾ കുറവായിരുന്നു. ഒരു യഥാർഥ കമ്യൂണിസ്റ്റായി അദ്ദേഹം ജീവിച്ചു.

14

പാരീസ് കമ്യൂൺ

ആയിരത്തിയെണ്ണൂറ്റി എഴുപത് ഒക്ടോബർ 4 ന് എംഗൽസിനെ, ഇന്റർനാഷണലിന്റെ ജനറൽ കൗൺസിൽ അംഗമായി ഐകകണ്ഠ്യേന തിരഞ്ഞെടുത്തു. ഇതുവരെ ഈ പ്രവർത്തനത്തിൽ മാർക്സിനെ എംഗൽസ് സഹായിച്ചിരുന്നു. ഇതിന്റെ ഫലമായി പലതരത്തിലുള്ള ആളുകളുമായി പെരുമാറേണ്ടിവന്നു. പല സ്വഭാവവും വീക്ഷണവും ഉള്ളവർ. അവരെയെല്ലാം മനസിലാക്കി പെരുമാറാൻ എംഗൽസിനു കഴിഞ്ഞു. വേണ്ടപോലെ വിമർശിക്കുകയും വേണ്ടപ്പോൾ വാഴ്ത്തുകയും ചെയ്യും. പ്രവർത്തകരിൽ ആത്മാർഥതയുള്ളവരെ എംഗൽസ് ബഹുമാനിച്ചു. പറഞ്ഞതു ചെയ്യാത്തവരെ ദാക്ഷിണ്യം കൂടാതെ വിമർശിച്ചു. തന്റെ ഒപ്പം കൂടിയവരെ സ്വാധീനിക്കാൻ എംഗൽസിനു നല്ലപോലെ കഴിഞ്ഞു. ജനറൽ കൗൺസിൽ നേതാവെന്ന നിലയ്ക്ക് ബെൽജിയത്തിലെ ചുരുട്ടുതൊഴിലാളി പണിമുടക്കിനെ എംഗൽസാണ് നയിച്ചത്. അനേകമാസം നീണ്ടുനിന്ന ആ പണിമുടക്കം എംഗൽസിനെ പുതിയ പല പാഠങ്ങളും പഠിപ്പിച്ചു.

1871 മാർച്ച്, പാരീസിലെ തൊഴിലാളികളുടെ സായുധസമരം തുടങ്ങി. അവിടെ വിപ്ലവം നടന്നു. പാരീസ് കമ്യൂൺ അധികാരത്തിൽ വന്നു. "ബുദ്ധിപരമായി ഇന്റർനാഷണലിന്റെ സന്തതിയായിരുന്നു പാരീസ് കമ്യൂൺ" എന്നാണ് ഇതിനെപ്പറ്റി എംഗൽസ് പിന്നീടെഴുതിയത്.

തൊഴിലാളികളുടെ സമരത്തെ ജർമൻ പട്ടാളം തകർക്കുമെന്നും അതിനാൽ സായുധവിപ്ലവം വളരെ സൂക്ഷിച്ചുവേണം നടത്താനെന്നുമായിരുന്നു മാർക്സിന്റെയും എംഗൽസിന്റെയും അഭിപ്രായം. പക്ഷേ വിപ്ലവം നടന്നു. ലോകത്തിലാദ്യത്തെ തൊഴിലാളി ഭരണം സ്ഥാപിതമായതോടെ അവർ കമ്യൂണിന്റെ കൂടെ ഉറച്ചുനിന്നു.

പാരീസ് കമ്യൂണിനോട് സഹഭാവം കാണിച്ചുകൊണ്ടുള്ള

പ്രകടനങ്ങൾ ഇന്റർനാഷണൽ സർവത്ര നടത്തി. യൂറോപ്പിലെ വിപ്ലവത്തൊഴിലാളികൾ കമ്യൂണിന്റെ പിന്നിൽ അണിനിരന്നു.

ഫ്രാൻസിലെ ആഭ്യന്തരയുദ്ധം എന്ന പുസ്തകത്തിൽ പാരീസ് കമ്യൂണിനെക്കുറിച്ചുള്ള ഇന്റർനാഷണലിന്റെ അഭിപ്രായങ്ങളാണുള്ളത്. വളരെയേറെ പ്രതികൾ വിറ്റഴിച്ച ഒരു പുസ്തകമാണിത്.

കമ്യൂൺ പരാജയപ്പെടുകയും വിപ്ലവകാരികളെ തേടിപ്പിടിച്ചു ശിക്ഷിക്കാൻ തുടങ്ങുകയും ചെയ്തപ്പോൾ, പലരും ഇതിനൊക്കെ മാർക്സും എംഗൽസുമാണ് കുറ്റക്കാർ എന്നു പറഞ്ഞു. കമ്യൂൺ നടത്തിയെന്നു പറയുന്ന അക്രമത്തിനെ എതിർത്തുകൊണ്ട് എംഗൽസിന്റെ അമ്മ മകനെഴുതി. അതിനുള്ള മറുപടിയിൽ എംഗൽസ് ചോദിച്ചു: “കമ്യൂൺ ചിലരെ കൊല്ലുകയും പലതും നശിപ്പിക്കുകയും ചെയ്തതിലാണല്ലോ അമ്മയ്ക്ക് ആക്ഷേപം? എന്നാൽ 40,000 തൊഴിലാളികളെ നിരായുധരാക്കി അവരെ കശാപ്പു ചെയ്ത വിവരം അമ്മ അറിഞ്ഞിരിക്കയില്ല. കഴിഞ്ഞ 30 വർഷമായി ഞാൻ അനുഷ്ഠിക്കുന്ന സിദ്ധാന്തങ്ങളിൽനിന്ന് അൽപ്പമെങ്കിലും മാറാൻ എനിക്കു തോന്നുന്നില്ല. എന്റെ അമ്മയ്ക്ക് ഞാൻ മാനക്കേടുണ്ടാക്കരുതല്ലോ.”

കമ്യൂണിനുശേഷം, ശാസ്ത്രീയസോഷ്യലിസത്തെ എതിർത്തുകൊണ്ട് പല ചിന്താരീതികളും തൊഴിലാളിരംഗത്തു വന്നു. ബക്കുനിൻ എന്ന നേതാവ് അരാജകവാദം പ്രചരിപ്പിച്ചു. ബഹുജനങ്ങൾ വിപ്ലവപരമായ ബലപ്രയോഗം നടത്തിയാൽമാത്രമേ പുരോഗതി ഉണ്ടാവൂ എന്ന് ബക്കുനിൻ വാദിച്ചു. തൊഴിലാളിവർഗത്തിന് ഒരു രാഷ്ട്രീയപ്പാർട്ടി വേണ്ട എന്നും തൊഴിലാളി സംഘടനകളുണ്ടായാൽ മതിയെന്നുമായിരുന്നു അരാജകവാദികൾ കരുതിയത്. എംഗൽസ്, ബക്കുനിന്റെ വാദങ്ങളെ ഇങ്ങനെ നേരിട്ടു: “രാഷ്ട്രീയ–സാമൂഹ്യ–സാമ്പത്തിക സമത്വം നേടാൻ ഇത്ര എളുപ്പത്തിലൊരു വഴി നിശ്ചയിച്ച ബക്കുനിനോട് എനിക്ക് അനുകമ്പ തോന്നുന്നു.”

ഇന്റർനാഷണലിന്റെ ലണ്ടൻ സമ്മേളനം വമ്പിച്ച വിജയമായിരുന്നു. പാരീസ് കമ്യൂണിനെ ശരിക്കും വിലയിരുത്താനും അരാ

ജകവാദികളെ തുറന്നുകാണിക്കാനും ഇടതുപക്ഷ അവസരവാദത്തെ നേരിട്ടെതിർക്കാനും അതിനു കഴിഞ്ഞു.

ബക്കുനിൻ വിഭാഗക്കാർ, കിട്ടിയവഴിക്കെല്ലാം ഇന്റർനാഷണലിനെ എതിർത്തു. നുണയും വൃത്തികേടും അവർ വിളിച്ചുപറഞ്ഞു, മാർക്സിനേയും എംഗൽസിനേയും തേജോവധം ചെയ്യാൻ. ഇന്റർനാഷണൽ പൊളിഞ്ഞിരിക്കയാണെന്നും ഭൂരിഭാഗം തങ്ങളുടെ കൂടെയാണെന്നും അവർ വീമ്പിളക്കി. ഇതിനെക്കുറിച്ചു കേട്ടപ്പോൾ എംഗൽസ് ചോദിച്ചു: “മണിക്കൂർതോറും മിനിട്ടുതോറും ഇന്റർനാഷണൽ പിളർന്നുവെന്നു സ്വപ്നം കാണുന്ന ഇവർക്കെങ്ങനെ ഒരു വിപ്ലവമുണ്ടാക്കാൻ കഴിയും. അച്ചടക്കമില്ലാത്തവരാണോ വിപ്ലവകാരികൾ?”

ബക്കുനിന്റെ ആൾക്കാർ സ്പെയിനിലെ ഇന്റർനാഷണലിനെ പൊളിക്കാൻ നടത്തിയ ശ്രമം എംഗൽസ് മനസിലാക്കി. ഈ പിളർപ്പന്മാരെ, പാർട്ടിക്കെതിരായി ഗൂഢാലോചന നടത്തിയവരെ പുറംതള്ളാൻ എംഗൽസ് തന്നെ മുൻകയ്യെടുത്തു.

ഇന്റർനാഷണലിന്റെ ആസ്ഥാനം അമേരിക്കയിലേക്കു മാറ്റാൻ തീരുമാനിച്ചു. എങ്കിലും അതിന്റെ നേതൃത്വം മാർക്സിനും എംഗൽസിനും തന്നെയായിരുന്നു.

പല സാഹസിക പരിപാടികളിലും ബക്കുനിന്റെ കൂട്ടുകാർ ഏർപ്പെട്ടു. തൊഴിലാളിവർഗത്തിന്റെ ഐക്യത്തെ തകർക്കാനും അതു സഹായിച്ചു.

പതുക്കെ, ഇന്റർനാഷണൽ പ്രവർത്തിക്കാതായി. പത്തു വർഷം തൊഴിലാളികളിൽ ഐക്യവും വിപ്ലവബോധവും ഉണ്ടാക്കാൻ അതു സഹായിച്ചു. പല സമരങ്ങളും അതിന്റെ നേതൃത്വത്തിൽ നടന്നു. ധാരാളം അനുഭവങ്ങൾ തൊഴിലാളികൾക്കുണ്ടായി. പ്രത്യയശാസ്ത്രപരമായി ഉയരുവാനും അവർക്കു കഴിഞ്ഞു. മിക്ക മുതലാളിത്തരാജ്യത്തിലും വിപ്ലവകാരികളെ അതു പോറ്റി വളർത്തി. ഓരോ രാജ്യത്തിലും തൊഴിലാളിപ്പാർട്ടികൾ രൂപം കൊണ്ടു. തൊഴിലാളിവർഗത്തിനെതിരായ ചിന്താഗതികളെ എതിർത്തു തോൽപ്പിക്കാനും അതിനു കഴിഞ്ഞു.

1876 ലാണ് ഇന്റർനാഷണൽ പിരിച്ചുവിട്ടത്.

15

മാർക്സിന്റെ മരണം

യൂറോപ്പിൽ വമ്പിച്ച മാറ്റങ്ങൾ വരികയായിരുന്നു. ഇറ്റലി ഏകീകൃതമായി. ജർമനി, രാഷ്ട്രീയമായി ഒന്നായി. യൂറോപ്പിലെങ്ങും മുതലാളിത്തം വേരൂന്നി. ഇന്റർനാഷണൽ, തൊഴിലാളിവർഗത്തെ സ്വന്തം കാലിൽ നിർത്താൻ സഹായിച്ചു. എങ്കിലും തൊഴിലാളിവർഗത്തിന് അധികാരം പിടിച്ചുനിർത്താൻ ശക്തിയില്ലെന്ന് - അതിനുതക്കവണ്ണം വളർന്നിട്ടില്ലെന്ന് - പാരീസ് കമ്യൂൺ തെളിയിച്ചു.

ലോകതൊഴിലാളികൾ മാർക്സിനെയും എംഗൽസിനെയും തങ്ങളുടെ ആചാര്യന്മാരായിക്കണ്ടു. അമ്പതുകഴിഞ്ഞ എംഗൽസ് താത്വികപ്രശ്നങ്ങൾ പിന്നെയും പഠിക്കാൻ തുടങ്ങി. *ഭവനപ്രശ്നം, ആന്റിഡ്യൂറിങ്* എന്നിങ്ങനെ പല പുസ്തകങ്ങളും രചിച്ചത് ഇക്കാലത്താണ്. എംഗൽസിന്, ജർമനിയുടെ ഒരു ബൃഹത്തായ ചരിത്രം എഴുതണം എന്നുണ്ടായിരുന്നു. പക്ഷേ അതു മുഴുവനാക്കാനൊത്തില്ല.

1873ലാണ് പ്രസിദ്ധമായ *പ്രകൃതിയുടെ ഡയലക്ടിക്സ്* എന്ന കൃതി രചിക്കാൻ കുറിപ്പുകൾ എഴുതിത്തുടങ്ങിയത്. 19-ാം നൂറ്റാണ്ടിലെ പ്രകൃതിശാസ്ത്ര വികാസത്തെക്കുറിച്ചുള്ള ഈ പുസ്തകത്തിന്റെ രചനയിൽ മൂന്നു വർഷം ഏർപ്പെട്ടു. തത്വശാസ്ത്രവും പ്രകൃതിശാസ്ത്രവും തമ്മിലുള്ള ബന്ധമെന്തെന്ന് ഉറപ്പിക്കാൻ

എംഗൽസ് ശ്രമിച്ചു. പുസ്തകം മുഴുവനാക്കുംമുമ്പ്, അദ്ദേഹം ഡ്യൂറിങ്ങിനെതിരായി മറ്റൊരു പുസ്തകമെഴുതാൻ തുടങ്ങി.

ബർലിൻ സർവകലാശാലയിലെ പ്രൊഫസറായിരുന്നു യൂജിൻ ഡ്യൂറിങ്. അന്നത്തെ ബുദ്ധിജീവികളിലും യുവാക്കളിലും ഡ്യൂറിങ്ങിന്റെ കൃതികൾ വമ്പിച്ച സ്വാധീനംചെലുത്തി. ഡ്യൂറിങ് 'പുതിയൊരുതരം കമ്യൂണിസം' അവതരിപ്പിച്ച പ്രതിഭാശാലിയാണെന്നു വരെ പലരും വാഴ്ത്തി. വാസ്തവത്തിൽ പെറ്റിബൂർഷ്വാ സോഷ്യലിസത്തിന്റെ പ്രചാരകനായിരുന്നു ഡ്യൂറിങ്.

ഇതു വ്യക്തമാക്കാനാണ് എംഗൽസ് *ആന്റി ഡ്യൂറിങ്* എന്ന കൃതി രചിച്ചത്. ഡ്യൂറിങ്ങിന്റെ സ്വാധീനത്തിൽ തൊഴിലാളി വർഗത്തിന്റെ പ്രത്യയശാസ്ത്രം തുലാസിൽക്കിടന്നാടുകയായിരുന്നു. ഡ്യൂറിങ്ങിന്റെ യഥാർഥ സ്വഭാവം തുറന്നുകാട്ടണം. മാർക്സിസത്തെ രക്ഷിക്കണം. അതിനാണീ പുസ്തകം എഴുതിയത്.

മൂന്നു ദശാബ്ദങ്ങളിൽ, മാർക്സിസത്തിനുണ്ടായ വികാസമാണ് *ആന്റി ഡ്യൂറിങ്ങിലു*ള്ളത്. പ്രകൃതിശാസ്ത്രവും തത്വശാസ്ത്രവും സോഷ്യലിസവും എല്ലാം ഒരു വിജ്ഞാനകോശത്തിലെന്നപോലെ അതിൽ സവിസ്തരം പ്രതിപാദിച്ചിരിക്കുന്നു.

എംഗൽസിന്റെ ഭാര്യ ലിസിക്ക് അസുഖമായതും പല സ്ഥലത്തും പോയി ചികിത്സിച്ചതും അവസാനം 1878 സെപ്റ്റംബർ 12ന് ലിസി മരിച്ചതും എംഗൽസിനെ വളരെയേറെ വ്യാകുലനാക്കി. "ഐർലണ്ടിലെ തൊഴിലാളിവർഗസന്തതിയായ ലിസിക്ക് വിദ്യാഭ്യാസമൊന്നുമില്ലായിരുന്നു. എന്നാൽ അഭ്യസ്തവിദ്യരായ ബൂർഷ്വാവനിതകളേക്കാൾ എന്നെ സഹായിച്ചത് ലിസിയാണ്." എന്ന് എംഗൽസ് പറഞ്ഞു.

*ആന്റി ഡ്യൂറിങ്ങിനു*ശേഷം *പ്രകൃതിയുടെ ഡയലക്ടിക്സ്* വീണ്ടും എഴുതാൻ തുടങ്ങി. ഈ പുസ്തകം എംഗൽസിന്റെ മരണത്തിനുശേഷമാണ് പ്രസിദ്ധപ്പെടുത്തിയത്. ദ്രവ്യത്തിന്റെ ചലനനിയമങ്ങളുടെ അടിസ്ഥാനത്തിൽ പ്രകൃതിയെ അദ്ദേഹം വ്യാഖ്യാനിച്ചു. എല്ലാ സയൻസുകളേയും ഇതിൽ തരംതിരിച്ചു പരിശോധിക്കുകയും ചെയ്തു.

മാർക്സിന്റെ ആരോഗ്യം മോശപ്പെട്ടുവരികയായിരുന്നു. അതിനാൽ എംഗൽസിന്റെ ചുമതല കൂടി. യൂറോപ്പിലെ മിക്ക

രാജ്യങ്ങളിലുമുള്ള തൊഴിലാളിവർഗ നേതാക്കളുമായി എംഗൽസിന് സമ്പർക്കമുണ്ടായിരുന്നു. ഇന്റർനാഷണൽ ഇല്ലാതായാലും സാർവദേശീയ തൊഴിലാളി ഐക്യവും സൗഹാർദവും വളർന്നുവരികയായിരുന്നു. അതേസമയം ജർമനിയിലും മറ്റും സോഷ്യലിസ്റ്റുവിരുദ്ധ നിയമങ്ങളും നടപ്പിലാക്കിയിരുന്നു. ഇതിനെതിരെ ധീരമായ നിലപാടുകളെടുക്കുന്നതിനു പകരം അവസരവാദവും ഭീരുത്വവും സോഷ്യലിസ്റ്റുകാരെ ബാധിച്ചിരുന്നു. ഇതെല്ലാം എംഗൽസ് തുറന്നുകാട്ടി.

ഫ്രാൻസിൽ, കമ്യൂണിന്റെ തകർച്ചയ്ക്കുശേഷം തൊഴിലാളിപ്രസ്ഥാനമുണ്ടാക്കാൻ എംഗൽസ് ശ്രമിച്ചു. എന്തെല്ലാം ദോഷം റിപ്പബ്ലിക്കൻ വ്യവസ്ഥയ്ക്കുണ്ടെങ്കിലും അതിനെ നിലനിർത്തുവാൻ കഴിയണം എന്ന് എംഗൽസ് ഫ്രഞ്ച് തൊഴിലാളികളോട് ആവശ്യപ്പെട്ടു. ഇംഗ്ലണ്ട് റഷ്യ എന്നിവിടങ്ങളിലെ സോഷ്യലിസ്റ്റുകൾക്കു പ്രവർത്തിക്കാൻ പറ്റിയ ചില പരിപാടികൾ ഉണ്ടാക്കിക്കൊടുക്കാനും എംഗൽസ് സഹായിച്ചു.

മാർക്സിന്റെ അസുഖം എംഗൽസിനെ വേദനിപ്പിച്ചു. മാർക്സിന്റെ വീട്ടിലെ സുഖ ദുഃഖങ്ങളിലെല്ലാം എംഗൽസ് പങ്കെടുത്തു. മാർക്സിന്റെ വീട്ടിൽ തുരുതുരെ മരണങ്ങളുണ്ടായി. എംഗൽസ് മാർക്സിനെ സമാധാനിപ്പിച്ചു.

1883 മാർച്ച് 14 ന് മാർക്സ് മരിച്ചു. "ഇന്നലെ ഉച്ചതിരിഞ്ഞ് 2.45ന് മാർക്സ് മരിച്ചു. ഞാനറിഞ്ഞതിൽവെച്ച് ഏറ്റവും കരുത്തുറ്റ ഹൃദയം സ്പന്ദിക്കാതായി." ഇങ്ങനെയാണ് മാർക്സിന്റെ മരണവാർത്ത ലോകമെങ്ങുമുള്ള തന്റെ സഖാക്കളെ എംഗൽസ് മാർച്ച് 15 ന് അറിയിച്ചത്.

എംഗൽസ് പലതും സഹിച്ചു. എന്നാൽ മാർക്സിന്റെ വിയോഗം വല്ലാത്ത ഒരടിയായിരുന്നു.

16

മൂലധനം പ്രസിദ്ധീകരിക്കുന്നു

മാർക്സിന്റെ ശവസംസ്കാരപ്രസംഗം ചെയ്തത് എംഗൽസാണ്. "മാർക്സിന്റെ പേരും അദ്ദേഹത്തിന്റെ കൃതികളും യുഗാന്തരങ്ങളോളം നിലനിൽക്കും." എന്ന് പറഞ്ഞ് എംഗൽസ് തൊണ്ട ഇടറി പ്രസംഗം അവസാനിപ്പിച്ചു.

മാർക്സിന്റെ *മൂലധനം* ഒന്നാം വാള്യം മാത്രമേ പുറത്തുവന്നിരുന്നുള്ളൂ. മറ്റു വാള്യങ്ങളുടെ കയ്യെഴുത്തുപ്രതി പരിശോധിച്ച് അവ പ്രസിദ്ധപ്പെടുത്താൻ എംഗൽസിനല്ലാതെ മറ്റാർക്കും കഴിയുമായിരുന്നില്ല.

1867 ൽ *മൂലധനം* ഒന്നാം വാള്യം പുറത്തുവന്നപ്പോൾ ബൂർഷ്വാസി അതിനെ കണ്ടില്ലെന്നു നടിച്ചു. പക്ഷേ എംഗൽസ് വിട്ടില്ല. പത്രങ്ങളിലെല്ലാം *മൂലധന*ത്തിനെതിരായും അനുകൂലമായും കത്തുകളും നിരൂപണങ്ങളും കൊണ്ടുവരാൻ എംഗൽസ് ഉത്സാഹിച്ചു.

ഇപ്പോൾ രണ്ടും മൂന്നും വാല്യങ്ങൾ പുറത്തിറക്കണം.

വളരെ വിഷമിച്ചാണ് രണ്ടാം വാല്യത്തിന്റെ പ്രസിദ്ധീകരണം നടന്നത്. 1885 ജൂലായിൽ അതു പുറത്തിറക്കി.

മൂന്നാം വാല്യത്തിൽ മുതലാളിത്തത്തിലെ ഉൽപ്പാദനവ്യവസ്ഥയാണ് ഉള്ളടക്കം. 1885 മുതൽ അതിൽ ശ്രദ്ധിക്കാൻ തുടങ്ങി. 1894 ലാണ് പണിതീർന്നത്. എംഗൽസിന്റെ കണ്ണിനു കാഴ്ച കുറഞ്ഞിരുന്നു. ആരോഗ്യം തളർന്നിരുന്നു. എന്തായാലും *മൂല*

ധനം രണ്ടും മൂന്നും വാല്യങ്ങൾ പ്രസിദ്ധീകരിക്കാൻ എംഗൽസ് മുതിർന്നതുകൊണ്ടാണ് ആ വിലപിടിച്ച ഗ്രന്ഥങ്ങൾ നമുക്കു ലഭിച്ചത്.

ലോകസോഷ്യലിസത്തിന്റെ ആചാര്യനെന്ന നിലയ്ക്ക് എംഗൽസിന്റെ വസതിയിലേക്കു നാനാരാജ്യങ്ങളിൽനിന്നും തൊഴിലാളി പ്രവർത്തകർ വന്നുകൊണ്ടിരുന്നു. പലതും ചോദിക്കാനും ചർച്ച ചെയ്യാനും ഉപദേശം തേടാനും.

മാർക്സിനെപ്പറ്റി പല അനുസ്മരണങ്ങളും എംഗൽസ് എഴുതി.

1884ലാണ് *കുടുംബം സ്വകാര്യസ്വത്ത് സ്റ്റേറ്റ് എന്നിവയുടെ ഉത്ഭവത്തെ*ക്കുറിച്ചുള്ള പുസ്തകരചന തുടങ്ങിയത്. മാർക്സിന്റെ കയ്യെഴുത്തുപ്രതികളിൽ കണ്ട ചില രേഖകളാണ് എംഗൽസിനെ ഇതിനു പ്രേരിപ്പിച്ചത്. ലൂയിസ് മോർഗൻ എന്ന സാമൂഹ്യശാസ്ത്രജ്ഞന്റെ ഗവേഷണഫലങ്ങളെ എംഗൽസ് ഈ പുസ്തകത്തിൽ വിലയിരുത്തി. ചരിത്രപരമായ ഭൗതികവാദത്തിന്റെ വീക്ഷണത്തിൽ പ്രശ്നങ്ങളോരോന്നും പരിശോധിക്കുകയും ചെയ്തു. കുടുംബം, വിവാഹം, സ്ത്രീപുരുഷബന്ധം, മരുമക്കത്തായം, സ്വത്ത്, ഭരണകൂടത്തിന്റെ വിവിധ രൂപങ്ങൾ ഇങ്ങനെ പലതിനെപ്പറ്റിയും ഇതിൽ പ്രസ്താവങ്ങളുണ്ട്.

സാമൂഹ്യശാസ്ത്രങ്ങളിൽ മാർക്സിസത്തിനുള്ള ശക്തി എന്തെന്ന് ഈ പുസ്തകം കാണിച്ചുതരുന്നു.

ലുഡ്വിഗ് ഫോയർബാഹിനെപ്പറ്റി ഒരു പുസ്തകം എംഗൽസ് എഴുതി (1885). അത് ശാസ്ത്രീയ കമ്യൂണിസത്തിന്റെ ഒരു പാഠപുസ്തകമാണ്. ഫോയർബാഹിന്റെ ആശയവാദസമീപനത്തെ ഇതിൽ എംഗൽസ്, ഛിന്നഭിന്നമാക്കുന്നു.

ജർമൻ തൊഴിലാളിപ്രസ്ഥാനത്തിൽ എപ്പോഴും എംഗൽസ് ശ്രദ്ധചെലുത്തി. വാക്കുകൊണ്ട് പുരോഗമനവും ഫലത്തിൽ വർഗഭരണവും നടത്തുന്നവരുടെ ജനാധിപത്യത്തെ എതിർക്കാൻ കമ്യൂണിസ്റ്റുകാർ തയാറാവണം എന്ന് എംഗൽസ്, അവിടെ പാർലമെന്റിലേക്കു തിരഞ്ഞെടുത്ത സഖാക്കളോടു പറഞ്ഞു. പാർലമെന്റിനെ ബൂർഷ്വാസിക്കെതിരായ സമരരംഗമായി ഉപയോഗിക്കാൻ കഴിയണം എന്നും എംഗൽസ് ആവശ്യപ്പെട്ടു.

1888ലാണ് എംഗൽസ് അമേരിക്കയിൽ ഒരു യാത്ര നടത്തിയത്. പരസ്യമാക്കാതെയാണ് യാത്രചെയ്തത്. യു എസ് എ,

കാനഡ എന്നീ രാജ്യങ്ങൾ സന്ദർശിച്ചു. ഒരുമാസത്തിനുശേഷം തിരിച്ചുവന്നപ്പോഴേ, എംഗൽസിന്റെ സന്ദർശനവാർത്ത അമേരിക്കക്കാർ അറിഞ്ഞുള്ളൂ. അമേരിക്കൻജീവിതത്തിന്റെ വിവിധ വശങ്ങൾ അദ്ദേഹം നിരീക്ഷിച്ചു മനസിലാക്കി.

ശാസ്ത്രീയസോഷ്യലിസത്തിൽ വിശ്വസിക്കുന്ന സോഷ്യലിസ്റ്റുപാർട്ടികൾ ഒരു അന്താരാഷ്ട്രസമ്മേളനം വിളിച്ചുകൂട്ടാൻ ശ്രമം തുടങ്ങിയതിൽ എംഗൽസ് പങ്കെടുത്തു.

എംഗൽസിനു വയ്യാതായിത്തുടങ്ങി. എങ്കിലും മനസു തകർന്നില്ല. "ഇനിയുള്ള ജീവിതകാലവും സാർവദേശീയതൊഴിലാളിവർഗത്തിന്റെ ഐക്യത്തിനും ഉന്നമനത്തിനുംവേണ്ടി ഞാൻ ഉപയോഗിക്കും" എന്നും "എനിക്ക് 70 വയസായി. പക്ഷേ ഇപ്പോൾ 10–15 വർഷം ചെറുപ്പമായതുപോലെ തോന്നുന്നു" എന്നും അദ്ദേഹം സ്നേഹിതന്മാർക്കെഴുതി.

1890 ലെ മേയ്ദിനസന്ദേശത്തിൽ എംഗൽസ് എഴുതി: "സൈബീരിയ മുതൽ കാലിഫോർണിയവരെ ലക്ഷക്കണക്കിൽ തൊഴിലാളികൾ *കമ്യൂണിസ്റ്റു മാനിഫെസ്റ്റോ*വിനെ തങ്ങളുടെ പരിപാടിയായി സ്വീകരിച്ചിരിക്കുന്നു. 1848 നു ശേഷം എന്തൊരു മാറ്റം!"

മാർക്സിന്റെ പല കൃതികളുടേയും പുതിയപതിപ്പുകൾ എംഗൽസ് പ്രസിദ്ധീകരിച്ചു.

നോർവേയിലും മറ്റു യൂറോപ്യൻ രാജ്യങ്ങളിലും എംഗൽസ് പര്യടനം നടത്തി.

യുദ്ധഭീഷണിയെ നേരിടാൻ തൊഴിലാളികൾ ഒറ്റക്കെട്ടായി നിൽക്കണമെന്ന് എംഗൽസ് ആഹ്വാനം ചെയ്തു.

അക്കാലത്ത് യൂറോപ്പിൽ കാർഷികപരിഷ്കാരം ഒരു മുഖ്യപ്രശ്നമായിരുന്നു. സോഷ്യലിസ്റ്റ് പാർട്ടികൾ കൃഷിക്കാരോട് എന്തു നയം സ്വീകരിക്കണം എന്നതിനെക്കുറിച്ച് വാദപ്രതിവാദം നടന്നിരുന്നു. തൊഴിലാളിപ്രസ്ഥാനത്തിന് ഒരു കാർഷിക പരിപാടി ആവശ്യമായി വന്നു. കൃഷിയിലെ യന്ത്രവൽക്കരണവും ആധുനികീകരണവും കൃഷിയിലുണ്ടായ മത്സരവും കൃഷിക്കാരുടെ തകർച്ചയും കാർഷികത്തൊഴിലാളികളുടെ ഉയർച്ചയും പുതിയ പ്രശ്നങ്ങൾ ഉളവാക്കി. ഇതെല്ലാം എംഗൽസ്, ഒരു ശാസ്ത്രജ്ഞന്റെ നിഷ്കർഷയോടെ പഠിച്ചു.

വിപ്ലവകാരികൾ എങ്ങനെ കർഷകർക്കിടയിൽ പ്രചാരവേല ചെയ്യണം എന്ന് എംഗൽസ് കാണിച്ചുകൊടുത്തു.

17

തീപ്പന്തം പൊലിഞ്ഞു

എംഗൽസിന് 74 വയസായി.

ആരോഗ്യം മോശമായി വന്നു. എപ്പോഴും എന്തെങ്കിലും അസുഖം. കഴുത്തിലൊരു വീക്കം കാരണം ഭയങ്കര വേദന. ഉറക്കം കഷ്ടിയാണ്. സംസാരിക്കാൻ വയ്യാതായപ്പോൾ സ്ലേറ്റിൽ എഴുതിക്കാണിക്കും. സ്നേഹിതന്മാരെ കാണുമ്പോഴാണ് മുഖത്തു പ്രസാദം.

ചുറ്റും നടക്കുന്ന കാര്യങ്ങളെല്ലാം എംഗൽസ് ശ്രദ്ധിച്ചു. അവസാനദിവസം വരെ. പലർക്കും എഴുത്തുകൾ എഴുതി. തൊഴിലാളി വർഗത്തിന്റെ കാര്യമേ അദ്ദേഹത്തിനുള്ളൂ. അല്ലാതൊരു കാര്യമില്ല.

1895 ആഗസ്റ്റ് 5നു രാവിലെ 10.30ന് എംഗൽസ് മരിച്ചു. മരണാനന്തരം ശരീരം ദഹിപ്പിക്കണമെന്നും ചിതാഭസ്മം കടലിൽ വിതറണമെന്നും എംഗൽസ് ഒസ്യത്തിൽ രേഖപ്പെടുത്തിയിരുന്നു.

എംഗൽസ് മരിക്കുമ്പോൾ, റഷ്യയിൽ ഒരു യുവാവായ വിപ്ലവകാരി മാർക്സിന്റെയും എംഗൽസിന്റെയും പുസ്തകങ്ങൾ വായിച്ച് ആവേശംകൊള്ളുന്നുണ്ടായിരുന്നു. ആ യുവാവാണ് പിന്നീട് ലെനിൻ എന്ന പേരിൽ പ്രസിദ്ധനായത്.

ലെനിൻ എംഗൽസിന്റെ മരണത്തെപ്പറ്റി എഴുതിയ ലേഖന

ത്തിൽ ഒരു കാവ്യശകലമുണ്ട്.

"എന്തൊരു യുക്തിപ്പന്തമാണ്
പൊലിഞ്ഞുപോയത്?
എന്തൊരു ഹൃദയമാണ്
സ്പന്ദിക്കാതായത്?"

അതെ. വിപ്ലവത്തിന്റെ തീപ്പന്തമാണു പൊലിഞ്ഞത്. ശാസ്ത്രീയസോഷ്യലിസം ഉൾക്കൊണ്ട പുതിയ തൊഴിലാളിവർഗത്തിന്റെ ഏറ്റവും നല്ല അധ്യാപകനും പണ്ഡിതനുമായിരുന്നു

എംഗൽസ്. ആ വിപ്ലവകാരിയുടെ ഹൃദമാണ് നിലച്ചത്. മസ്തിഷ്കമാണ് പ്രവർത്തിക്കാതായത്.

പിന്തിരിപ്പന്മാർ എംഗൽസിനെതിരെ എന്തെല്ലാം വിദ്യകൾ പ്രയോഗിച്ചു? പക്ഷേ ഇന്നും എംഗൽസ് ജീവിക്കുന്നു. അദ്ദേഹത്തിന്റെ കൃതികൾ നാം വായിക്കുന്നു. അദ്ദേഹത്തിന്റെ ജീവിതത്തിൽനിന്നുള്ള പാഠങ്ങൾ നാം പഠിക്കുന്നു. മഹാന്മാർ മരിക്കുന്നില്ല.

നാളത്തെ സോഷ്യലിസ്റ്റിന്ത്യയിൽ ജീവിക്കാൻ ഇന്നത്തെ കുട്ടികൾക്ക് കഴിയും. പക്ഷേ ആ കുട്ടികൾ സോഷ്യലിസമെന്തെന്നു മനസിലാക്കണം. എംഗൽസിനെപ്പോലുള്ളവർ നൽകിയ പാഠം പഠിക്കുകയും വേണം.